Atburðamörk: Myrku miðaldirna

Event Horizon, Volume 1

Victor Neil Murray

Published by Victor Neil Murray, 2025.

This is a work of fiction. Similarities to real people, places, or events are entirely coincidental.

ATBURÐAMÖRK: MYRKU MIÐALDIRNA

First edition. November 27, 2025.

ISBN: 979-8232399917

Written by Victor Neil Murray.

Kafli 1. Sá sem heyrði skóginn

Kvöldið í Wales seig niður með þykkri þoku. Loftið virtist verða seigt, teygjast eins og vefur úr draumi.

Skógurinn andaði — með hvísli greina, bresti gömlum kvistum, stunandi rótum í djúpinu.

Drengurinn ráfaði einn og saup að sér gamla laglínu. Hún var einföld, en í hljómum hennar heyrðist fornöld — eins og steinar og ár hefðu þekkt hana frá upphafi. Berfættu fætur hans stigu mjúkt á regnblauta jörðina. Rotnuð skikkjan hékk á herðum hans, og í fellingar hennar safnaði hann berjum og sveppum, gjöfum skógarins.

Fyrstu droparnir féllu á andlit hans — kaldir, eins og andardráttur fjallalinda. En drengurinn tók ekki eftir því: hann var vanur bleytu og vindi. En himinninn dró sig saman, og brátt helltist úr honum regn, eins og einhver væri að þvo heiminn upp á nýtt.

Og einmitt þá gerðist það.

Raddir. Fyrst lágar, eins og fjarlæg á, síðan margradda, háværar, framandi. Þær töluðu á óskiljanlegum tungum — eins og bjölluhljómur og eldingakvein. Sársauki skaut í gegnum gagnaugun. Drengurinn æpti og greip um höfuðið. Ber og sveppir féllu í drulluna og skildu eftir rauðar skvettur sem líktust blóði.

Hann vildi hlaupa, en gat það ekki. Eitthvað kalt greip í bakið á honum — hikandi fyrst, síðan fastar. Á einu augnabliki losnaði hann frá jörðinni og lyftist upp í loftið. Augu hans snérust upp og glóðu daufum ljóma. Kall losnaði úr brjósti hans, en skógurinn þagði. Hvorki dýr né menn heyrðu hann.

Aðeins regnið sá drenginn verða fluttur inn í djúp þykknarinnar — þangað sem hringur steinrisanna leyndist.

Tún opnaðist skyndilega, eins og skorið út úr heiminum. Þar stóðu þau — björg risavaxin, með sprungum eins og hrukkur á andlitum öldunga. Þau mynduðu hring, og loftið innan hans hjómaði, eins og gegnsýrt ósýnilegri orku. Krafturinn lyfti drengnum í miðjuna. Stærsti steinninn, hár og dökkur, glóði innan frá. Sá máttugleiki hélt honum föstum, hreyfingarlausum, líkt og fórn fyrir fornan guð.

Og á þeirri stundu brast tíminn. Fyrst skiptust dagur og nótt. Síðan nótt og dagur. Þá snerust árstíðirnar í hringiðu. Skógurinn grænkaði og dó, fæddist og dó á ný. En líkami drengsins eldraðist ekki. Hann hékk í ljósinu eins og í vöggu, og ósýnileg á rann inn í hann og fyllti hann seiðmáttugleika.

Hann byrjaði að sjá letur birtast á steinunum. Þau runnu eins og eldflóð. Og hann skildi: innra með honum vaknaði kraftur.

Fyrst kom svefninn. Ekki sá sem lokar augum og leiðir í gleymsku, heldur annar — undarlegur, þykkur, þar sem líkaminn sefur en sálinn vakir. Drengurinn sá: brjóst hans hreyfðist ekki lengur — andardrátturinn var storkinn. En hann var ekki dauður.

Hann fann sjálfan sig. Rödd hans brast í kvein — og á sama augnabliki losnaði hann frá líkamanum. Hann svifi við hlið hans, sá sjálfan sig: brothættan, kyrran líkama hanga í steinhringnum, baðaðan silfruðum ljóma. En hann sjálfur var léttur, gegnsær, ofinn úr lofti.

Fyrst kom óttinn. En síðan heyrði hann skóginn. Já, skógurinn andaði. Laufið suðaði — og hann skildi hvísl þess. Rætur svöruðu djúpu bergmáli. Fuglarnir í trjátoppunum sungu, og hann þekkti hverja hugsun þeirra. Allt umhverfis var eitt lífverumengi, og hann var orðinn hluti þess.

Úr þykkninu kom hjörtur — mikill, með horn eins og tré. Hann gekk að steinhringnum og horfði beint á drenginn. Og drengurinn skildi: dýrið sá anda hans. Hann teygði sig til hans — og fann sig innan í honum.

Heimurinn blossaði á ný. Hann sá með hverri æð og hverjum vöðva. Heyrði hjarta hjarðarinnar, fann ilminn af grasi og blautri jörð, hlýju regndropanna á feldinum. Hann steig skref — og hófar snertu mjúklega jörðina. Það var ólýsanlegt: hann gekk í líkama dýrsins, en hélt viti mannsins. Og hann heyrði hjörtinn sjálfan — varfærni hans, visku, titring.

Þegar tengingin slitnaði, sneri drengurinn aftur til sín. Hjarta hans sló hátt, glaðlega, eins og tromma. Og með sælu fylgdi skilningur: hann gat verið allt og allir, en yrði aldrei aftur einfaldur drengur.

„Ég heyri skóginn. Ég sé dýrin. En heyrir einhver mig?"

Skógurinn svaraði með bresti greina, nið vatns, andardrætti jarðar. Hann skildi: hann var ekki einn. Vinur hans yrði sjálf náttúran.

Árin liðu, en drengurinn var enginn fangi. Hann lærði að ganga úr líkama sínum og svífa um heiminn. Mennirnir höfðu ekki enn séð hann, en dýrin þekktu hann. Hann huggaði úlfshvolp sem dó í snöru, svæfði hann með ró. Hann breyttist í uglu og leiddi ferðamenn úr þykkni. Hann varð að björn og rak ræningja á brott. Sem hrafn eða rotta stal hann ránsfeng og færði fátækum. Hann fann týnd börn með augum fálkans. Hann fór inn í hvali og höfrunga, bjargaði þeim örvæntingarfullu sem köstuðu sér í hafið.

Menn vissu ekki hver hjálpaði þeim. En kraftaverkin jukust. Og sögur flugu frá þorpi til þorps.

Í skóginum býr vörður. Ósýnilegur, en máttugur. Hann varð andardráttur regnsins, skuggi vindsins, hlýr glampi á steini. Enginn sá hann, en hver sem hlustaði á þögnina heyrði í henni enduróm hjarta hans.

Þannig eignaðist heimurinn sinn fyrsta galdramann — ekki drottnara, heldur vitni lífsins.

Kafli 2. Frúin við vatnið

Vatnið svaf undir þunga næturinnar. Þokan svif yfir sléttu fletinum eins og andardráttur heims sem var orðinn þreyttur af sársauka. Tunglið speglaðist í vatninu og titraði — líkt og hjarta konu sem stóð á bakkanum.

Hún hét Vivian. Heimurinn hafði verið harður við hana. Maðurinn hennar sneri sér frá henni þegar barnið fæddist dautt; móðir hennar dó, faðirinn drakk sig í hel. Hún átti hvorki vini né ættingja lengur — eins og lífið sjálft hefði snúið sér burt. Frá barnæsku höfðu þeir strítt henni og kallað hana norn — út af eldröðu hárunum, lit eldsins, lit bölvunar.

Nú stóð hún við vatnið — föl, næstum gegnsæ — og hvíslaði við sjálfa sig:

— Megi allt taka enda...

Hún steig út í ískalda vatnið. Kuldi skar í gegnum líkamann eins og hnífur. En þegar Vivian steig annað skref, sveif léttur andvari yfir vatninu — og í honum heyrðist rödd.

— Ekki gera það, barn. Vatnið grefur líkama þinn, en ekki sársaukann.

Hún stansaði. Röddin var lág, en í henni ómaði fornkraftur — ekki drottnandi né ógnvekjandi, heldur eilífur eins og nóttin sjálf.

— Hver er þar? — hvíslaði hún.

Á móti henni, hinum megin við vatnið, birtist skuggi — hár, í skikkju ofinni úr silfruðum reyk. Tunglið skein gegnum hann. Hann snerti ekki jörðina — og samt hristist grasið undir fótum hans, eins og heilsaði honum.

— Ég er Emrys, — sagði hann. — Einfaldlega sá sem varð eftir á milli heima til að hlusta.

— Draugur? — Vivian brosti beiskt. — Eða afsprengi brjálæðis míns?

— Þá sé það svo, — svaraði hann mildlega. — Ef brjálæði heldur þér frá dauðanum, er það allra blíðasti gjöf.

Hún hné niður á hnén og horfði á hann. Hann kom ekki nær — fjarlægðin milli þeirra var óyfirstíganleg, eins og milli draums og vöku. En loftið umhverfis varð hlýrra, og í brjósti hennar slakaði á í fyrsta sinn eftir langa þjáningu.

— Hvers vegna talar þú við mig? — spurði hún. — Ég er ekkert.

— Því jafnvel ekkert þráir að verða heyrt, — svaraði hann. — Og ég er sá sem hlustar.

Þögn. Aðeins lagnið og andardráttur vindsins yfir sefgróðri.

Rödd hennar skjálfaði:

— Ég er orðin þreytt á því að lifa.

— Nei, — sagði Emrys. — Þú ert þreytt á að deyja á hverjum degi.

Þessi orð skáru sig inn í sál hennar. Hún laut höfði, og tárin runnu loksins.

Frá þeim degi kom hann á hverri nóttu. Hún kallaði hann ekki — hann birtist einfaldlega: stundum á bakkanum, stundum í spegli vatnsins, stundum í suði vindsins sem lék um hár hennar. Stundum þagði hann, og það dugði. Stundum talaði hann, og orð hans læknuðu betur en bænir.

Árin liðu. Með hverju kvöldi varð sársauki Vivian minni. Hún fór að heyra það sem hún hafði áður ekki tekið eftir: suð í sefgróðri, andardrátt skógarins, titring fiska undir yfirborðinu. Stundum fannst henni vatnið sjálft hvísla — og rödd þess líktist rödd Emrysar.

Og eina nótt, þegar þokan var sérstaklega þétt, spurði hún:

— Hvers vegna ertu enn hér, Emrys? Þú tilheyrir ekki þessum heimi.

Hann þagði lengi. Síðan sagði hann frá örlögum sínum: um kraftinn sem batt hann; um steinrisana sem báru tákn sem mynduðu spádóm; um hliðin til annars heims sem myndu opnast; um aðkomumenn sem kæmu til að tortíma mannkyninu.

Þegar Vivian bað um að sjá líkama hans, leiddi hann hana að launum stað. Tignarlegir einsteinungar umkringdu hring; rúnir þeirra glóðu eins og logi. Í miðjunni, bundinn ljósi, hékk drengur — hann sjálfur, barnið sem tíminn hafði stöðvað. Vivian gat ekki haldið aftur af tárunum.

Hann sagði lágt:

— Ég hef leynt hringnum með blekkingum og hrakið burt dýrin. Allt lifandi sem stígur inn deyr.

— En... hvað gerist þegar ræningjarnir koma? — rödd hennar skjálfaði.

— Heimurinn verður ekki sá sami, — svaraði hann. — Og ég mun farast af þeirra höndum. Nú er ég bundinn, en þegar hliðin opnast mun ég öðlast mátt goðanna. Fyrir þá verð ég of hættulegur.

— Nei! — hrópaði hún. — Það hlýtur að vera önnur leið.

— Leið er alltaf til, — svaraði hann blítt, — en ekki alltaf höfum við rétt á að velja hana.

Hún gróf andlitið í höndum sér.

— Ég vil ekki sætta mig við þetta framtíðarsýn.

— Þú þarft þess ekki, — sagði hann. — Ég mun reyna að finna ráð.

Þögnin var löng. Síðan talaði hann aftur:

— Í kvöld sýndi ég þér það sem ég hef leynt öldum saman. Þú ert fyrst til að sjá sannleikann. Og ef til vill sú síðasta til að skilja hann.

Rödd hennar var mjúk, eins og kvöldrigning:

— Ég er þér þakklát, Emrys. Ekki fyrir leyndarmálið... heldur traustið. Fyrir að leyfa mér að sjá sársauka þinn.

Hann virtist brosa. Mynd hans byrjaði að leysast upp í þokunni, ljósið dofnaði.

— Ég er feginn að hafa sagt þér það sem kveldi hjarta mitt, — sagði hann. — Nú er hugur minn hvíldur.

Þegar Vivian leit upp var enginn draugur lengur — aðeins þrjú dýr við vatnsbakkann: rauð refur, hvítur hrafn og svartur hjörtur. Þau horfðu þögul á hana. Refurinn steig fram, eins og í boði.

Hún fylgdi þeim — í gegnum þokuna, yfir blauta jörðina, þar til hún sá heimili sitt undir kórónu hins forna eikartrés. Þegar hún sneri sér við voru dýrin horfin. Léttur gufumökkur svif yfir vatninu, og í honum birtist í augnablik mynd Emrysar — gegnsæ, glóandi eins og dögun. Hann kinkaði kolli, eins og til kveðju. Og Vivian skildi: hann hafði fylgt henni heim.

Nokkrum dögum síðar kom hann aftur að vatninu. Vivian beið hans. Tár glitruðu á kinnum hennar.

— Nú veit ég, — sagði Emrys með brosi, — vatnið varð til úr tárum þínum.

— Segðu mér, fannstu leið út?

— Ég er enginn spámaður, en margt get ég séð fyrir. Og ég held að ég hafi fundið lausn. En án þín mun ég ekki ná árangri. Ég mun gefa þér kraft minn. Og þegar hliðin opnast, þegar mér ber að falla, mun ég skapa og færa þér sverð.

— Sverð?

— Já. Caliburn. Í því verður máttur goðanna. Ég mun innsigla í það tvö leyndarmál — tvö orð, ástand sálar. Þú munt þurfa að færa það hinum útvöldu...

— Ég samþykki, — svaraði Vivian staðfastlega. — En hvernig þekki ég hinn útvalda?

— Hann mun opinbera sig sjálfur. Fyrst skapa ég annað sverð, og aðeins verðugur mun geta dregið það úr steininum.

Emrys lyfti hendi og lagði á brjóst sitt. Lófi hans gekk gegnum holdið — sársaukalaust, eins og gegnum vatn. Ljósið byrjaði að streyma út, eins og andardráttur hjartans hefði orðið sýnilegur. Augun hans ljómuðu innan frá — eins og stjörnur rétt áður en þær deyja.

Hann dró fram brot — gegnsætt eins og dropi, en logaði að innan með rauðum, lifandi loga. Ljós varð skjálft, eins og það sjálft vildi ekki yfirgefa líkama hans.

— Þetta er hluti af mér, — sagði hann. — Hjarta sem man sársauka og fyrirgefningu. Taktu það.

Vivian þorði ekki strax að rétta fram hendurnar. Loftið varð þykkt, rakt, eins og vatnið hefði risið úr bökkum sínum. Þegar hún snerti brotið, stansaði heimurinn. Þögn varð heyranleg. Jafnvel regnið hætti að falla.

Eldljósið flæddi úr fingrum hans í lófana hennar, og þaðan — í brjóst hennar. Hár hennar blossaði upp í koparlitnum loga, eins og sólin sjálf væri undir vatni. Æðar fylltust ljósi — ekki hita, heldur köldum, rennandi ljóma. Hún fann hvernig hver blóðdropi breyttist í öldu, hvernig hjarta hennar sló í takt við andardrátt vatnsins.

Hún gat varla dregið andann — ekki af sársauka, heldur af fyllingu. Jörðin titraði undir fótum hennar, og hringir runnu út frá vatninu — hver þeirra hringur eilífðar, sem breiddist út í djúpið.

Rödd Emrysar heyrðist langt í burtu, eins og úr hjarta vatnsins sjálfs:

— Nú heyrir þú það sem ég heyri. Sjáir það sem ég sé. Gættu þessa ljóss — í því er upphaf og endir.

Vivian lyfti höfði. Tár runnu niður kinnar hennar, blönduð regninu, og það var eins og himinninn sjálfur grét með henni.

Í steinhringnum titraði líkami drengsins, bundinn ljósi, eins og hann drægi andann eftir langan svefn. Hjarta steinsins ljómaði augnablik — og dofnaði síðan, eins og það hefði misst hluta sálar sinnar.

— Þú tókst burt sársaukann, — hvíslaði hún, — og gafst mér kraftinn.

— Nei, — svaraði hann, — ég deildi aðeins þögninni.

Í því blossaði vatnið upp í ljóma. Það reis í mjúkum bylgjum, og í þeim spegluðust tvö andlit — hans og hennar, renna saman í einni titrandi birtu.

Þannig öðlaðist Vivian vald yfir vatninu. En með kraftinum kom þekking. Og með þekkingunni — innsigli örlaganna.

Í fyrstu faldi hún gjöf sína. En brátt fóru menn að gruna. Faðir hennar, brotinn af sorg og drukknun eigin lífs, hóf að misnota dóttur sína: hann þvingaði hana til að spá um úrslit teningaleikja og fjárhættuspila. Hann unni henni á sinn hátt, en vínið át upp sál hans.

Vivian skildi: lífið var óréttlátt. Hún reiddist ekki föður sínum. En í hjarta hennar styrktist andúðin á að verða leikfang annarra. Hún fór burt.

Vatnið varð heimili hennar. Líkami hennar gat lifað undir yfirborðinu, sál hennar blandast öldunum. Þannig fæddist sagan um Frúna við vatnið. Fólk hvíslaði um eldhærða norn sem heyrði vilja vatnsins og þekkti framtíðina. Þeir sem kölluðu til hennar í fullt tungli fengu spádóma. En hún hjálpaði aðeins þeim sem hjarta hennar taldi verðuga.

En við Emrys talaði hún alltaf. Hann kom að vatninu, og aðeins við hann deildi hún einsemd sinni og vonum. Og yfir vatninu fæddist bandalag — bandalag bundið örlögum, töfrum og fyrirboðum komandi hörmunga.

Kafli 3. Prófraun steinsins

Þessa nótt svaf kastalaborgin Camlann órólegum svefni. En svefninn var óeðlilegur — Emrys hafði lagt hann á. Hann lyfti hendinni, hvíslaði fornum orðum, og ósýnileg bylgja rann eftir jörðinni. Hún strauk hús og garða, turna og múra. Menn, dýr og fuglar féllu í draumlausan svefn: varðmenn létu höfuðin síga yfir spjótin, hundar þögnuðu, jafnvel rottur urðu hljóðar í kjöllurum sínum. Aðeins Emrys gekk um þessa þögn, og það var eins og öll borgin andaði í takt við skref hans.

Mynd hans var í líki bjarnar — geysilegur skuggi með augu sem brunnu ójarðneskum ljóma. Lappirnar, þungar sem hamrar smiðsins, skildu eftir far í steinhellum borgarhússins. Á herðum sér bar hann svartan stein, sléttan og þungan eins og klofinn hluta úr fjallinu sjálfu.

Við aðalbrunninn lagði hann byrði sína niður. Steinninn féll með djúpum dyn á jörðina, og skjálfti fór um torgið, eins og hjarta borgarinnar hefði breytt slætti sínum. En enginn vaknaði: töfrandi svefninn hélt Camlann fast.

Næstu nótt sneri Emrys aftur. Og aftur lá bylgja svefns yfir borgina: íbúarnir sváfu jafn þungt og steinninn, og göturnar voru mállausar. Nú birtist hann ekki í dýrsmynd, heldur sem glóandi skuggi. Í höndum hans logaði hjartabrotið — rautt, eins og óslípaður rúbín. Ljómið var svo mikill að steinveggir titruðu og neistar sprungu í loftinu.

Emrys gekk að steininum og sló brotinu í jörðina. Loftið hristist eins og klukka, og úr jörðinni reis steðji — þungur, óhagganlegur eins og bjargið sjálft. Í miðju hans blossaði ljós, og úr steininum, líkt og sproti, reis hægt upp sverð. Klingan glampaði í kaldrifjuðum tunglskinsljóma.

Emrys horfði lengi á það, og í augum hans sáust hvorki dramb né sigur — aðeins hljóð sorg. Hann lagði lófa á steininn. Ljósið úr brotinu rann eftir hinum hörðu steinslíkama, og á sléttu yfirborðinu fóru bókstafir að koma í ljós — eins og sjálf klettskepnan hefði tekið til máls. Þeir loguðu rúbínrauðum ljóma, meðan loftið titraði af krafti álögunnar:

«Sá sem snertir sverðið ekki af trú, heldur af græðgi —
mun verða að steini.
Aðeins örvæntingarfullt hjarta, sem ekki sækir laun,
mun öðlast mátt sverðsins.»

Með síðasta orðinu sloknaði ljósið. Innskriftin storknaði, innsigluð í eilífðina. Emrys renndi fingrunum varlega yfir hana — ekki til að bölva, heldur til að blessa þá sem einhvern daginn skyldu skilja merkingu orðanna.

— Megi örlögin velja hinn verðuga, — sagði hann. — Aðrir munu verða hluti steinsins... til að aðrir muni eftir verði óska.

Hann lagði brotið við rót steinsins og hvarf inn í nóttina. En borgin svaf, ómeðvituð um að á torginu hennar hafði goðsögn fæðst.

Þegar fyrstu sólargeislar runnu upp, leystust svefnsgaldarnir upp. Camlann lifnaði við: hanar gægðust, hundar tóku að gelta, konur gengu til brunnanna, börn hlupu út á göturnar. En brátt beindust öll skref og allir raddir að einum stað — torginu við brunninn.

Þar stóð steinninn, á honum — steðjinn, og í honum — sverðið. Klinga þess skein svo skært að jafnvel sólarljósið virtist dapurt í samanburði. Á steininum logaði áletrunin, eins og brennd af hendi örlaganna sjálfra.

Mannfjöldinn umkringdi hann. Þögn féll, eins og öll borgin héldi niðri í sér andanum.

— Kraftaverk... — hvíslaði kona og gerði krossmark.

— Seiður, — muldraði gamall maður.

— Þetta er tákn! — hrópaði hermaður og gekk fram.

Hann greip um sverðið. Óp hans skar loftið. Blóðið, sem féll á jörðina, varð þegar að steini. Hendur hans svörtnuðu, sprungur runnu yfir líkamann, og innan skamms stóð hann stirður — orðinn að styttu úr steini.

Mannfjöldinn hrökk í skelfingu undan, en hugdjarfir fundust þó alltaf. Einn af öðrum gengu þeir að sverðinu, og einn af öðrum breyttust þeir í þöglar styttur. Um kvöldið stóð hringur steinfigúra kringum sverðið. Andlit þeirra voru skekkt af kvöl og drambi, og augun föst í eilífu ópi.

Allan daginn tæmdist torgið ekki. Fólkið þjappaðist saman, rifaðist, bað, bölvaði.

— Þetta er bölvun, — sögðu sumir.

— Þetta er prófraun, — svöruðu aðrir.

— Sá sem dregur sverðið mun verða drottnari Bretlands, — hvíslaði þriðji hópurinn.

Og um nóttina, þegar borgin svaf á ný, skreið tunglið yfir stirðu andlitin, og manni virtist — steinarnir hvísla:

«Aðeins örvæntingarfullt hjarta
mun finna leiðina í gegnum steininn.»

Þannig fæddist goðsögnin.

Kafli 4. Meyjan með stjörnurnar í augum

Á jaðri Camlanns stóð hús sem allir þekktu. Þar bjó fjölskylda sem tók að sér munaðarlausa börn sem foreldrar höfðu yfirgefið — af fátækt eða harðneskju. Stundum voru börnin lögð á þröskuldinn, stundum færð með tárum og skömm. En húsráðendur höfnuðu engum.

Bú þeirra var lítið: nokkrar kindur, tveir geitur og nokkrar kýr. En húsið var fullt af röddum og hlátri. Sextán fósturbörn kölluðu þau móður og föður.

Elstur var Julian — sterkur og þrjóskur. Draumur hans var að verða riddari, og hann æfði stundum klukkutímum saman með trésverð.

— Þegar ég verð stór, — sagði hann, — mun ég draga sverðið úr steininum. Og um afrek mín verður sungið.

Við hlið hans ólst upp annar drengur — hljóðlátur og óséður. Hann hét William. Hann var viðkvæmur, með húð svo hvíta sem mjólk og hár eins ljós og vetrarsólargeisli. Augu hans glampaði himinblátt, eins og þau endurspegluðu himininn jafnvel á dimmum degi.

William var albíni. Það gerði hann að utangarðsmanni. Fólk leit á hann með ótta, eins og hann væri fyrirboði; börn stríddu honum og kölluðu hann „Mús“; sumir hvísla — „bölvaður“. Hvítleiki hans hræddi þá, en hann sá sjálfur í honum annan boða: gjöf, ekki bölvun.

Stundum horfði hann í vatnsspegilinn og hugsaði: «Ég er annar... En kannski geymir örlögin einmitt mér sérstaka braut?» Hann gat ekki þolað blóð og tók aldrei þátt í slátrun dýra. Sýn sársauka og kvalar knúði hann til að snúa við.

— Þú ert of mjúkur, William, — sagði Julian. — Með slíku hjarta lifir þú ekki dag í heimi riddara.

En hin yngri sóttu til hans. Hann var ljós þeirra: fann alltaf huggun í orðum, deildi alltaf síðasta brauðmola. Hann dreymdi hvorki um frægð né hugsaði um framtíðina. Lifði deginum í dag — hljótt, eins og hann óttaðist að styggja heiminn. En djúpt í hjarta sínu fann hann:

hvítleiki húðar hans og ljómi augna voru merki. Og einn daginn myndu örlög krefja hann um svar.

Fyrir William breyttist allt þá stund sem hann sá hana fyrst. Hann rak kindurnar eftir strandhólunum. Havvindurinn sló í andlit hans með lykt af salti og þangi, og þokan lá yfir grasinu eins og hún leyndi fornum sannleikum.

Og úr þessari hvítu slæðu sá hann hana.

Við sjálfan hafsbrúnina stóð stúlka. Hún var kyrr eins og stytta, og aðeins vindurinn lék silkimjúku klæðunum hennar úr purpura og hvítum silki. Gylltar þráðlínur glitruðu í sólarljósinu, og það virtist sem morgunstjarnan sjálf hefði stigið niður á jörðina.

Augu hennar voru lokuð, hendur hafðar upp til himins, og allt í kring — hafið, vindurinn, jafnvel mávahljóðið — virtist hluti af bæn hennar. Sveit fylgdarliða í litríkum skikkjum hljóp að henni, og þá varð ljóst: hún var af konungsætt.

Síðar frétti hann nafn hennar — Isabella, dóttir konungs Leodegranse úr Cameliard. Ung, fögur eins og stjarna í dögun. Margir riddarar og höfðingjar höfðu beðið um hönd hennar, en allir voru hafnaðir.

Fyrir William hvarf bæði jörð og sjór og sól. Var aðeins hún. «Ég er skuggi og hún er ljós. En getur skuggi verið án ljóss?»

Hvorki áminningar fjölskyldunnar né heitir orð Julianar breyttu nokkru.

— William, gleymdu þessari brjáluðu hugsjón, — sagði bróðir hans. — Hún skín eins og sólin og mun blinda þig. Jafnvel ég er heillaður af fegurð hennar. En myndi ég þódir viður?

En William hlustaði ekki. Hjarta hans hafði þegar valið.

Hann hélt til Cameliard og fékk vinnu sem garðyrkjumaður í höll Leodegranse. Dagar hans fylltust af vinnu: hann snyrti rósir, vökvaði blóm, sinnti beðum. Á höfðinu bar hann alltaf risastóra stráhatt sem huldi andlit hans. Fyrir alla var hann nafnlaus ungur maður. En hjarta hans þekkti aðeins eitt nafn — Isabella.

Liðu nokkrar vikur þar til hann sá hana aftur. Isabella gekk um garðinn og laut blómunum. Þegar hún nálgaðist rósakrans, féll gullin frjókorn á andlit hennar og lýstu nefbroddinn. William sagði þjónustumey kankvíslega frá því, og hún hló og þurrkaði frjóið varlega burt.

— Hvílík athygli! — sagði Isabella.

— Það var ekki ég, frú, — svaraði þjónustustúlkan. — Garðyrkjumaðurinn sá það. Þarna, með stóra hattinn.

— Staldraðu, piltur! Komdu hingað.

— Er það til mín, frú?

— Sést annar hér?

— Nei, frú.

— Hvers vegna sagðir þú mér það ekki sjálfur?

— Ég vissi ekki hvort mér væri það leyfilegt.

— Taktu hattinn af. Ég vil sjá augu þín.

Hann varð við. Og hún stóð sem steinrunnin. Fyrir henni stóð ungur maður hvítur sem snjór, með himinblá augu, tær eins og lindarvatn. Hár hans skein svo í sólinni að það virtist sem vera úr öðrum heimi stæði frammi fyrir henni.

Isabella hafði aldrei séð nokkurn líkan. Hugur hennar leitaði í minningar — fann ekkert. Fyrsta hugsunin: sjúkdómur.

— Hvað heitir þú? — spurði hún.

— William.

— Ertu sjúkur af einhverju?

— Kanski.

— Og hver er sá sjúkdómur?

Hann brosti, og orðin hljómuðu eins og eiður:

— Ást.

Frá þeim degi hittust þau oftar. Hún færði honum sælgæti af borðum, hann lék fyrir hana á flautu, veiddi sjaldgæfa fiðrildi, sagði henni sögur um stjörnur — um menn sem urðu að ljósi.

Einn dag, við rósabeðin, sagði William:

— Frú, líkar yður rósir?

— Líkara þér?

— Þær eru uppáhaldsblómin mín.

— Hvers vegna?

Hann brosti og sagði:

— Mig langar að segja yður dæmisögu.

Einu sinni söfnuðust öll mannlegu tilfinningarnar við bál sálarinnar: Óttinn, Lygi, Öfund, Leti, Trú... og Ástin.

Þeim leiddist, og Brjálsemin bauð að leikja feluleik.

Ástin faldi sig í rósarunanum.

Brjálsemin fann alla aðra og, þegar hún ruddi rósirnar frá, gerði hún Ástina blinda með þyrnunum.

Síðan hefur Ástin verið blind, og Brjálsemin gengur alltaf með henni.

Hann þagnaði. Garðurinn fylltist af fuglasöng og ilm rósanna. Isabella lækkaði augun. Hjarta hennar skjálfaði, eins og lauf í léttum vindi.

«Er ást mín líka blind?.. Og fer brjálsemin ætíð með henni?»

Frá þeim degi vissi hún: hjarta hennar tilheyrði henni ekki lengur. En rökhugsunin barðist við: «Ég er dóttir konungs. Mér er ætlað að bindast hjónabandi fyrir völd, ekki fyrir hjarta.»

En þegar hann tók flautuna í hendur, leystist kvöldkyrrðin upp og rökhugsunin þagnaði.

Leikur þeirra gat ekki varað endalaust. Konungur Leodegranse frétti af því. Reiði hans blossaði upp.

— Dóttir mín — með alþýðumanni? — hrópaði hann. — Nei! Takið hann af vegi hennar að eilífu.

Og um nóttina handtóku varðmenn William. Þeir leiddu hann að sjávarbjargi. Hann barðist ekki á móti. Sagði aðeins lágt:

«Ef ástin er blind — þá blindist ég með henni.

Megi hafið geyma eið minn.»

Og hann var kastað fram.

Vatnið tók á móti honum með ísköldum höggi. Líkami hans sökk, og meðvitundin slokknaði.

En hrafn Emrysar sveimaði yfir hafinu. Stuttu síðar lyfti hvalur drengnum úr djúpinu og bar hann að heimahögum.

William rankaði við sér á sandinum. Blautur, skjálfandi — en lifandi. Húsmenn hans fögnuðu, föðmuðu hann.

Nokkrum dögum síðar mun Isabella heyra að hann sé horfinn. Hún beið hans í garðinum. Beið daginn eftir — og aftur til einskis.

— Finnist hann! — skipaði hún. — Hann er hér einhvers staðar!

Þjónarnir skiptust á svipum. Inn gekk elstur manna konungs.

— Yður er bannað að leita hans. Þannig er skipun konungs.

Þjónarnir létu höfuðin síga:

— Við leituðum, frú — en fundum hann ekki. Engin ummerki.

Hún skildi — þeir lugu. Lugu af ótta. Isabella kreisti hnefana, og neglurnar grófu sig í lófa hennar. Stormur geisaði í hjarta hennar.

Nætur langar kom hann til hennar í draumum. Stundum stóð hann meðal rósanna, og augu hans glampaði eins og himinn eftir regn. Stundum rétti hann fram hendur — og hún vaknaði áður en hún gat snert hann. Stundum sökk hann í öldurnar, og hún hljóp eftir strandlengjunni, kallaði nafn hans, en hafið kæfði rödd hennar.

Hún vaknaði í tárum og hvíslaði:

«Ef hann lifir — megi örlög færa hann aftur til mín.

Ef hann er dauður — geymi ég hann í hjarta mínu uns ég hverfi úr þessum heimi.»

Og í þeirri stundu, án þess að átta sig á því, sór Isabella fyrsta eið ástar sinnar.

Síðan breyttist augnaráð hennar. Í því kviknaði söknuður, blandaður ljóma sem ekki gat verið mannlegur einn. Fólk fór að kalla hana Meyjuna með stjörnurnar í augum — því hver sem horfði í þau augu fann: í þeim bjó leyndardómur sem engin orð gátu skýrt.

Kafli 5. Dómur heiðursins

Frá barnæsku hafði Julian dreymt um turneringar. Hann sá í þeim ekki slátrun, heldur söng hreystinnar, þar sem hvert sverðshögg hljómaði sem nóta í lofsöng dýrðarinnar. Augu hans ljómuðu þegar hann talaði um riddarakeppnir, um lansa sem glampandi brustu í sólarljósi, um hesta sem þutu um völlinn eins og þeir bæru sjálfan andardrátt vindsins.

En við hlið hans var alltaf William — hljóðlátur, innhverfur, sem unni hvorki ofbeldi né háum sigursöngvum. Hann deildi ekki hrifningu bróður síns, en stóð þó ætíð fyrir aftan hann — í kulda og í hita, á dögum ósigra og fárra sigra. Það var hann sem batt um rifnar lófana, lagði grös á skaddaðar axlir og færði vatn þegar hendur Julianar skulfu. Hann var sá sem fyrstur reis á dögun til að slíðra og skerpa vopn hans; sá sem þekkti hvert handtak bróður síns betur en Julian sjálfur.

Stundum, þegar hann horfði á hann sveifla sverðinu aftur og aftur, greip William sig við að hugsa: «Fyrir hann er þetta lífið. Fyrir mig — kvöl.» Hann gat ekki skilið þessa ástríðu fyrir hættu, fyrir blóði, fyrir stáli sem glampaði í sól. En þegar Julian brosti — þreyttur, sveittur, með eld í augunum — fann William hvernig allur ótti hans leystist upp. Hann gat ekki annað en hjálpað.

Og árin liðu. Þeir urðu fullorðnir: annar — riddari draumsins, hinn — skugginn sem stóð fyrir aftan. Og í hvert sinn er dagur keppninnar rann upp, herptist hjarta Williams. Hann stóð neðst við völlinn, andaði að sér lykt reyktrar moldar, svita og blóðs, og hvíslaði bæn um að bróðir hans kæmi lifandi heim.

Honum þjónaði ekki semur lárviðarlauf, titlar né frægð. Hann þráði aðeins að kvöldið lyki kyrrt — án stuna, án síðasta augnaráðs, án blóðs í grasinu.

En Julian fann aldrei frið. Í æðum hans sauð áskorun við örlögin. Og nú, daginn fyrir mikla turneringuna, stóðu þeir enn einu sinni saman — eins og í æsku.

Julian var að skerpa vopnin með sama einbeitta svip og þegar hann, sem drengur, sló í loftið með trésverði. William sat hljóðlátur við vegginn. Fingur hans voru rifnir af stanslausri vinnu, en í augunum bjó ekki aðeins þreyta — heldur ótti.

— Þú sefur ekki aftur, — sagði hann lágt. — En á morgun er þó aðalkeppnin.

Julian brosti:

— Hef ég nokkurn tíma sofið fyrir orrustu?

— Hefurðu nokkurn tíma hugsað um að þú gætir ekki snúið aftur? — spurði William.

— Ef maður óttast dauðann, — svaraði Julian og lyfti augunum, — sér maður aldrei lífið. Ég lifi aðeins þar sem sverðið syngur.

William laut höfði. «Þú lifir þar sem aðrir deyja...» En hann sagði aðeins:

— Allt í lagi. Ef þú hefur tekið ákvörðun, verð ég hjá þér. Eins og alltaf.

Julian rétti fram höndina og þrýsti lófa hans — fast, bróðurlega.

— Þakka þér, bróðir. Án þín væri ég ekki sá sem ég er.

William kinkaði kolli. Því hann vissi: á morgun myndi hann aftur standa við rönd vallarins og skjálfa við hvert högg. Og ef örlögin skyldu ákveða að taka Julian, myndi hann fylgja honum. Ekki sem riddari. Sem bróðir.

Það ár varð turneringin í Camlann ekki aðeins sjónarspil — hún breyttist í prófraun heimsins, hátind þess tíma þegar heiður og sverð áttu enn verð. Mannfjöldinn safnaðist hvaðanæva að. Horn blésu, fáni léku í vindi, loftið var þykkt af lykt járns, víns og votrar grassléttu.

Á pöllunum ljómuðu dömur í silki og flaueli, og undir augnaráði þeirra fundu riddarar dirfsku sem hæfði brjálæðingum. En fyrir handan allri þessari fegurð bjó eitthvað meira — ósýnilegur andardráttur örlaganna, sem völdu sér fórnarlamb.

Fyrir Julian var þetta dagurinn sem hann hafði beðið eftir frá barnæsku — tækifæri til að sýna að frægð sé ekki gefin við fæðingu, heldur smíðuð af eigin höndum.

Hlið Camlanns stóðu galopin. Fólk streymdi eftir öllum leiðum — bændur, kaupmenn, skáld, riddarar. Þúsundir brjósta drógu andann, hundruð radda öskruðu, og þessi dynur flæddi um göturnar eins og stormsjór.

Fyrir William var þetta pynting. Mannþröngin kreisti hann, tók af honum loftið. En hann gekk við hlið bróður síns.

— Ekki skjálfa, William, — sagði Julian og réttaði skikkjuna. — Í dag sérðu hvernig draumar rætast.

William kinkaði kolli, en hjarta hans herptist. «Fyrir hann — dýrð. Fyrir mig — ótti.»

Völlurinn skein eins og sól. Á ásýndarsvölum sátu háborin og dömur, og með þeim — konungur Leodegranse. Við hlið hans — dóttir hans, Isabella.

Þegar William sá hana, hvarf allt annað. Hún sat bein í lend, eins og hún væri ofin úr ljósi. Kaldur svipur augnaráðs hennar brenndi, en skyndilega stöðvaðist hann á vellinum — og í brjósti Williams blossaði eldur.

«Ef þú vissir aðeins, Isabella... Hjarta mitt tilheyrir þér. En fyrir þig er ég aðeins skuggi.»

Heroldinn lyfti hendinni. Trompeter blésu — og turneringin hófst. Einn af öðrum gengu riddarar fram. Lansar brotnuðu, skjöldur sprungu, og hljómur sverðanna rann saman við öskur mannfjöldans. ulian var stormur. Högg hans voru snögg eins og eldingar. Hesturinn r hann áfram, og það virtist sem sjálf örlögin hefðu lagt sverð í dur hans.

– Julian! Julian! — kvað mannfjöldinn.

illiam stóð til hliðar og kreppti hnefana um varasverð hans. hans skulfu.

«Hvað ef lansion strýkur gegnum skjöldinn? Hvað ef hann fellur?»

En Julian hélt áfram ósneртyp. Einn andstæðingur féll, svo annar. Mannfjöldinn gaus svo að jörðin titraði. Julian lyfti sverðinu til himins, og dynur vallarins rann saman við þrumuguðinn sjálfan.

— Sérðu? — kallaði hann í hjáförum. — Ég er fæddur til þessa!

William kinkaði kolli. En fyrir hann var hávaðinn aðeins suð. Hann þráði þögn skógarins, nið árinnar. Og hana. Isabellu.

Turneringunni lauk. Julian stóð í ljóma frægðar. Dömur hylltu hann, konungurinn blessaði hann. En Isabella... horfði á hann lengur en aðra.

William tók eftir. Augu hennar voru mildari en venjulega. Og í brjósti hans slitnaði eitthvað. «Hún sér hann. Mátt hans. Dýrð hans. En ég — aðeins skugginn við hlið hans.»

Mannfjöldinn dýrkaði hann. En enginn þekkti nafn þess sem hélt á vopnum hans. Enginn sá þann sem stóð til hliðar. Enginn mundi eftir skugganum.

«Ég er skuggi, — hugsaði William. — En skugginn er alltaf nær ljósi.»

Braut hans yrði önnur. Ekki í öskri mannfjöldans. Ekki í glampa stálsins. Braut hans beið í þögninni — þar sem skógurinn andar og steinarnir hvísla.

En hjartað þekkti enga þögn. Það brann í nafni hennar.

Þegar völlurinn þagnaði, steig Julian fram. Rödd hans hljómaði skörp og skýr:

— Konungur minn! Hjarta mitt tilheyrir dóttur yðar. Leyfið mér að biðja um hönd hinnar fögru Isabellu!

Mannfjöldinn andaði að sér í einu hljóði. En í þvíleikastund leitaði augnaráð Isabellu út í hliðarlínuna — og hún sá William.

Tíminn stöðvaðist.

— ...William? — hvísʌaði hún.

Hjarta hennar blossaði af gleði — hann lifði. En með gleðinni reis reiði. Julian hafði vitað sannleikann — og samt dirfst að biðja um hönd hennar.

Hún reis á fætur. Rödd hennar var köld sem klingjandi sverð:

— William, hvers vegna?

Allt þagnaði.

— Fyrirgefið, frú, — sagði William hljótt. — Ég varð að fara. Örlögin kölluðu mig áður en ég náði að kveðja.

— Hann er þó bróðir þinn?

— Já, frú. Bróðir minn.

— Og hann vissi?

— Hann vissi.

Þögn féll yfir völlinn, þung sem blý. Julian lækkaði augun. «Hún sér glæp í mér... En ég vildi aðeins sanna að ég væri einhvers virði.»

Hann steig fram, hvítur sem dauði, reif sverðið úr slíðri og kastaði því að fótum Williams.

— Ég hef móðgað bróður minn, — sagði hann hátt. — Bróður sem alltaf elskaði mig og hugsaði um mig. Ég á enga fyrirgefningu.

Hann laut á kné.

— Taktu sverðið, William. Takktu líf mitt. Ég hef flekkað heiður minn.

Vindurinn þagnaði.

William sagði ekkert. Hann tók sverðið, stakk því í jörðina við hlið bróður síns — og gekk burt.

Í sama andartaki flaug hrafn yfir völlinn. Jörðin titraði lítillega, eins og sjálf Britannía hefði samþykkt þennan dóm.

Um kvöldið bað Isabella föður sinn:

— Leyfðu mér að sjá hann! Ég verð að tala við William.

En konungur Leodegranse var kaldur sem klettur:

— Þú ert dóttir konungs. Saurgaðu ekki ætt þína. Gleymdu honum.

Orð hans urðu að keðjum. Camlann breyttist í fangelsi.

Isabella þrýsti lófunum að brjósti sínu og fann hvernig hjartað barðist í myrkrinu, eins og fugl að slá vængjunum við járngrind.

«Hann var ljósið mitt.

Og nú er heimurinn orðinn dekkri...»

Kafli 6. Dagur örvæntingar

Yfir Bretlandi þykknaðist skýjahafið. Himinninn varð þungur sem steinn, og jafnvel fuglarnir hurfu, eins og þeir föttuðu voða. Vindurinn bar með sér lykt af sviðnu og votri jörð — eins og jörðin sjálf væri að búa sig undir að rifna upp.

Og þá opnaðist hliðið. Fyrst — sprunga í loftinu, mjó sem skurður í húð. En hún óx, breikkaði, og úr henni streymdi kuldi — þannig að tré huldu sig reykfrostsblæ, og árnar sauð upp í svörtum froðukófi.

Emrys fann það fyrstur. Hjarta hans, fornt og ungt í senn, svaraði með sársauka. Hann skildi: tíminn var kominn.

Hann safnaði saman því sem eftir var af mætti sínum. Í gegnum fiska í ánum, í gegnum máva, í gegnum úlfa, sendi hann Vivian boð:

— Flýt þér. Allt er að brotna.

En hún var of langt í burtu, og skref hennar gátu ekki eltt hamfarirnar.

Þá nálgaðist Emrys, í andalíkama, hið unga lík sem hékk í steinhringnum. Hann tók úr brjósti sínu glóandi rauðan rúbín — hjarta, og í því hjarta var annar steinn, eins og perla. Hann kastaði honum upp í loftið; hann blossaði — og Emrys breytti honum í hring. Í líki fálka greip hann hann í klærnar og slengdi honum í hafið, þangað sem vatnið geymir leyndarmál.

En sjálfur sneri hann aftur í líkama drengsins. Og dó.

Á þeirri stundu, þegar andardrátturinn yfirgaf brjóst hans, opnaðist hliðið til fulls. Hann hefði sjálfur kosið að taka orrustuna, en forn galdrar, sem bundu hann, sögðu: um leið og hliðin opnast — deyr hann.

Þau komu. Há og mjó, með sítt, silfrað hár sem þræðir örlaganna. Eyru þeirra voru hvöss sem blað sverðs, tennur lýstu, og augun — djúp, kolsvört. Svartar brynjur huldu líkama þeirra, og andlitin voru falin á bak við grímur úr kopar, gulli og silfri. Grímurnar voru mótaðar eftir mannlegum andlitum — dauðum, lífvana. Aðrir — fölir, með

Í gegnum reykinn og öskuna sem huldu rústir Camlanns, nálgaðist kona steindauðan William. Það var Frúin við vatnið. Skref hennar snertu ekki jörðina, og hár hennar, rautt sem sólsetur, skein í þokunni. Í höndum hennar var hringurinn, skapaður úr hjarta Emrysar sjálfs.

Hún snerti kalda fingur styttunnar, og hringurinn lagðist sjálfur á hönd Williams. Augnaráð hennar hvíldi á honum — þar loguðu kveðja og von.

Síðan hvarf hún í vatnið, eins og hún hefði leystst upp í spegli örlaganna.

Jörðin skalf. Gnýr jarðskjálfta fór um fjöllin, og það var sem heimurinn sjálfur, eins og bjalla, hefði boðað fæðingu nýrrar hetju.

Á steinhúð Williams runnu sprungur.

Í höfði hans heyrðust raddir — tugir, hundruð, og allar sögðu sama orð:

— Örvænting... Örvænting...

Og allt í einu, í gegnum þennan kór, sá hann annað líf — líf Emrysar. Sársauka hans. Orrustur hans. Þekkingu hans. Spádóma hans. Allt rann þetta inn í sál Williams eins og eldur í flóði.

Og með því kom máttur. Máttur sem loftið sjálft skalf af. Máttur goðanna.

Hersveitir veranna úr öðrum heimi héldu áfram, án þess að finna þreytu. Þau voru óteljandi.

Í röð fanga gekk Julian. Hendur hans voru bundnar, en augun loguðu — hann leitaði enn að augnabliki til að stökkva.

Og við hlið hans, í blóði og ösku, gekk Isabella. Kjóll hennar var rifinn, og á honum var enn óþornað blóð föður hennar.

Fyrir aftan fylgdi skrúð fanga sem engir menn voru, en engu síður ólánsöm: menn með andlit drekans, með klær og hala; verur úr rótum og greinum, líkar lifandi trjám; hálfir snákar með fjórar hendur; gífurlegir vargar sem gengu á tveimur fótum; lágvaxnir vígamenn með skegg til jarðar, sumir með húð hvít sem ís, aðrir með augu rauðglóandi sem kol. Og enn — tignarlegar verur með löng eyru; húð þeirra skein í sólinni eins og hún væri stráð kristalryki. Þau minntu á engla, en augun voru köld sem stjörnurnar.

Enginn þeirra tók eftir því, þegar jörðin skalf á ný.

Á toppi hæðar sást skuggamynd. William. Steinninn féll af honum í flögum, og hvert fall endurómaði í hjarta jarðar. Hann stóð, dró andann þungt, og í hendi hans skein ekki lengur hringur né steinn, heldur sverð.

Þetta var ekki bara klinga — þetta var Caliburn. Sverð þar sem blóð og ljós, örvænting og von, börðust í einu.

Líkami hans virtist lifna við, og máttur jarðar rann um æðar hans eins og bráðið málmfljót. Yfir höfði hans logaði aura — eins og ljónsgríma úr ljósi.

Einn hermannanna lét sverð sitt falla á hann, en stálið stöðvaðist á ósýnilegu ljósi sem umlukti líkama hans.

William hóf Caliburn — og hjó. Klingan leysti úr læðingi kraft, sem jafnast mátti á við eldingu þúsunda eldingafalla. Jörðin klofnaði í marga mílur, og allt sem var fyrir framan hann varð að ösku.

En orkan í sverðinu reif líka í sundur hann sjálfan. Eldingar rifu af honum húðina, sársaukinn brenndi beinin. Hann stökk — svo hátt að fuglar á himninum liðu í sundur af ótta.

Og af himninum steypti hann Caliburn á hliðið. Hliðið sprakk, og straumur myrkurs hvarf. Orkan lamdi í auga hans: annað varð blóðrautt, hitt hélt himinbláum ljóma.

Úr röðum óvinanna steig foringi fram. Í höndum hans brann rauður steinn, og hann dró hann inn í sjálfan sig. Líkami hans brenglaðist — hann varð sem púki: með vængi úr loga og klær langar sem sigðir.

En William var ekki lengur sá sem hann hafði verið. Í hreyfingum hans fannst máttur náttúruaflanna — ekki skrímslis, og varla manns, heldur reiði heimsins.

Andartak — og hönd óvinarins lá afhöfðuð, svo hin. Hann greip dýrið um hornið og hjó höfuðið af.

— William! — rödd Isabellu skar í gegnum dyn orrustunnar.

Hann sneri sér við. Annað auga hans bar enn himinljósið, og í því glampaði tár. Hann skildi: maðurinn í honum grét, en hermaðurinn drap.

Hann lokaði augunum. Caliburn varð aftur að hring. Sárin tóku að gróa, en augað hélst rautt — merki um verð sem greitt hafði verið fyrir máttinn.

Nú hreyfði hann sig eins og veiðimaður — hratt, án þreytu. Reif óvinina í sundur með sverði, kallaði yfir þá kraft sem jörðin sjálf titraði af. Reiði hans var miskunnarlaus, hraðinn — yfirnáttúrulegur. Grímur féllu af andlitum óvinanna og sýndu ófegurðina sem þau höfðu falið.

Fangar voru leystir, og óvinir flýðu eins og rottur frá ljósi.

Bæði dag og nótt elti William þá. Hann varð reiði Bretlands, reiði heimsins. Í hverju öskri hans ómaði ekki einungis sigur, heldur líka sársauki.

«Ég er frelsari... eða bölvun? Er ég enn William, smali með flautu? Eða er ég orðinn aðeins vopn?»

Og aðeins rödd Isabellu náði í gegnum þessa reiði. Aðeins nafn hennar hélt honum á brúninni, minnti hann á að í honum lifði enn maður.

En hann vissi nú: braut hans myndi aldrei liggja til hamingju. Caliburn hafði gefið honum mátt — og tekið allt annað. Og einhvers staðar djúpt í hjarta sínu heyrði hann hvísl:

— Hetjan mun lifa fyrir aðra. En aldrei — fyrir sjálfan sig.

Þá ómaði síðasti gnýr þrumunnar yfir landið — himinninn klofnaði í ljóma, líkan dögun, en ekki hlýjum, heldur köldum, eins og högg hamars í sjálf örlögin. Askan þeyttist upp í loftið í hvirfli, eins og sálir hinna föllnu leituðu leið til ljóssins.

William stóð meðal hrundinna rústanna, og vindurinn sló í skikkju hans, bar með sér síðustu hljóð dvínandi orrustunnar. Hann hélt enn hendinni yfir hringnum — og í þögninni virtist sem hann slægi, eins og lifandi hjarta.

Í fjarska, þar sem reykurinn mættist við dögun, reis nýr dagur — fölur, ringlaður eins og barn í miðju öskuhafi. Og það var sem í þessu ljósi hvíslaði einhver nafn hans:

— William...

Kafli 7. Blóðbandalagið

Yfir Camlann lá þögn — þung eins og eftirvænting. Neðst við torgið hafði fólk safnast saman: bændur, riddarar, handverksmenn, munkar. Þegar William birtist við borgarhliðin, skiptist mannfjöldinn sjálfkrafa, eins og fyrir áhlaupi vindsins. Enginn þorði að mæla orð. Sumir féllu á kné, aðrir lækkuðu höfuðið, hvíslandi bænir, krossuðu sig.

Hann gekk hægt, líkt og í draumi. Hvert skref ómaði djúpt í brjósti hans, eins og hjarta hans slægi í takt við jörðina. Hann sá ótta, lotningu og tár í augum fólks — og skildi ekki hvort þar væri meira: trú eða skelfing.

Julian hljóp fyrst til hans — faðmaði hann svo fast að honum sjálfum var sárt, eins og hann óttaðist að bróðirinn hyrfi. Isabella gekk á eftir; augun glitruðu af tárum. Hún rétti fram höndina, en snerti hann ekki — eins og hún óttaðist að rjúfa kraftaverkið.

Mannfjöldinn lokaðist að aftan, og leiddur af einhverju stærra en hann sjálfur gekk William inn á torgið. Þar stóðu þegar aðrar ættir — sem sendiherrar úr draumi: dvergafólk, drekaættaðir, skógarálfar, vargar í mannaími, ljósálfar, nagar og dularfullir demiúrgar. Og þegar hann steig í miðjuna, virtist loftið sjálft skjálfa.

Hann vissi ekki hvers vegna hann gekk hingað. En hjartað sagði honum: hér biðu hans.

Hann nam staðar við hinn fornlega brunn, þar sem blóð hafði runnið fyrir skömmu. Þögn féll yfir mannfjöldann. Hver er ég, að þau leggi höfuð sitt í rykið fyrir mig? — hvarflaði að honum. Og vindurinn, sem þaut yfir Camlann, svaraði líkt og í hvíslu: Þú — af því að þú ert verðugur. Þú — af því að þú ert útvalinn.

Fram steig rauðskeggjaður leprekaun, Edwin, grannur en sterkur, með gleraugu og bogna staf. Hann laut djúpt og sagði:

— Leyfið mér að mæla, herra.

— Þið skiljið tungumál okkar? — spurði William. Rödd hans hljómaði djúpt, eins og endurómur þruma, því hún hafði breyst eins og hann allur.

— Aðeins ég... og þeir sem líkjast plöntum, — svaraði hann. — En þér, herra, skiljið alla. Því hjarta yðar er amritsteinn.

Þessi orð féllu í sál Williams eins og opinberun og dómsorð í senn. Hann hristist. Steinn... ílát... vopn. Er það ég?

Hann kreppti hnefann.

— Ég er ekki herra ykkar, — sagði hann, og röddin titraði, eins og í henni slóst saman ótti og nýr máttur. — Ég heiti William. Hvaðan komið þið?.. Hverjir eruð þið?.. Hverjir eru þeir?.. Og hvers vegna réðust þeir á okkur?.. Hvað gerðist við mig?

Frammi fyrir honum stóð vera með augu þar sem endurspegluðust þúsundir heima. Rödd hennar var lág, en hvert orð féll þungt í hjarta Williams:

— Nafn mitt er Edwin. Við komum úr öðrum heimum. Okkur var hneppt í ánauð af þeim sem við köllum dökkálfa. Þeir ráða yfir myrkragaldrinum. Lönd okkar voru að deyja — mörkin milli lifenda og dauðra hrundu, anda myrkurs streymdu yfir okkur eins og flóð um sprungna stíflu. Portalar birtust, sömu tegundar og sá sem við komum hingað í gegnum. En máttur myrkurgaldramannanna gat beislað andana, og þess vegna voru þeir oss yfirsterkari. Og þessi kraftur hefur sitt verð. Dýr, plöntur og jafnvel vatn spillast í návist myrkrafæðranna.

Hann andvarpaði þungt, eins og hvert orð væri sár:

— Allir þjáðust. Myrkurgaldramennirnir urðu sífellt máttugri og, í leit að auðlindum, lögðu undir sig lönd okkar, þar sem matur þeirra og vatn urðu óhæf til neyslu. Þeim eru kunnar leyndir heimar dauðra og þekking sem ber bæði mátt og bölvun. Ein þessara leynda er bundin í steinum — rauðum eins og storknuðu blóði. Við köllum þá amritsteina. Steinninn slítur sálina úr slíkum sem okkur og breytir fórnarlambinu í ílát kraftsins.

William greip fastar um hjalt Caliburns. Hjartað sló ójafnt, eins og í því endurómaðist sársauki annarra.

— Þannig að... hjarta mitt? — spurði hann dimmt.

Vera sú kinkaði kolli:

— Já. Það hefur orðið slíkur steinn. Það er gegnsýrt blóði okkar og orku. Til að opna dyrnar til annars heims þarf blóð hvers kyns, hverrar skynsamlegrar ættar heima okkar, svo hinum megin geti einhver orðið að guði og notað mátt hans til að opna hliðið. Þess vegna þurfa þeir fanga eins og okkur — og þess vegna skilur þú mál okkar, ekki með eyrum, heldur hjarta. Aðeins ykkar kyn getur borið mátt guðanna, ekki við. Þetta vissu dökkálfarnir og notuðu sér.

Þögnin seig á ný. Vindurinn lék yfir sléttunni eins og andardráttur mikillar sorgar.

— Munu þeir koma aftur? — spurði William loks.

— Þeir munu ekki þora því fyrr en þeir finna leið til að standast þér, — svaraði Edwin. — En vit: heimur ykkar er þegar í hættu. Enn áður en hliðið opnaðist varð til band milli heima okkar — skapað af dökkálfunum í gegnum mann, sem hjarta þú berð nú. Heimur ykkar er dæmdur til að mæta því sem át upp okkar. Illir andar, skrímsli og drekar leita nú leiðar hingað. Orlaug — lögmál tilverunnar — bannar slíkt galdrainngrip. Brot á því leiðir ætíð til hamfara.

William lyfti augunum til himins.

— Segið mér, — rödd hans varð fastari, — er hægt að gefa öðrum sama mátt og mér? Svo ekki ég einn beri þessa byrði?

Veran laut höfði:

— Menn eru ekki eins og við. En þið getið orðið ílát kraftsins, ef þið takið á móti amritsteini. Til þess þarf fórnir. Líf slíkra sem við.

Mannfjöldinn hreyfðist órólega. Þá steig fram útlægur dökkálfur í vínrauðum kyrtli. Andlit hans huldi hetta.

— Ég heilsai yður, konungur minn, — sagði hann mjúklega, í hljóði sem minnti á hvíslandi snák. — Nafn mitt er Darius. Leyfið þjóni yðar að leggja ráð til.

— Ég er ekki konungur ykkar! — rödd Williams barst sem endurómur yfir samankomna. — Talaðu, Darius.

— Fyrirgefð sé djarfleiki minn, — hvíslaði hann. — Til að gefa mönnum mátt guðanna þarf amritsteina. Hver slíkur steinn er eitt líf. Hver ætt verður að finna mann sem er henni líkur í blóði og anda.

Hann lyfti hendinni, löngum fingrum, og hélt áfram:

— Þegar ég segi „í blóði", á ég ekki við útlit — heldur eðli. Hver ætt, eins og menn, á sér sína eigin formúlu blóðsins: efnafræði líkama, andardrátt, málm, salt, ljós sálar. Þessi mismunur er sem tónar í mikilli sinfóníu lífsins. Ef tónarnir eru í samhljómi — heldur ílátið. Ef ekki — deyr það.

Suð fór um mannfjöldann.

Samhljómur... ekki í trú, heldur í eðli, hugsaði William.

Darius hélt áfram:

— Til að leita ekki í blindni get ég smíðað áttavita, blóðáttavita fyrir hverja ætt. Hann mun vísa til þeirra héraða þar sem búa þeir, sem blóð þeirra syngur í takt við afl hennar. Ekki nafn, ekki slóð — heldur kall. Nálinn mun snúast að þeim stað þar sem blóðið syngur.

— Hvað þarftu til þess? — spurði William.

— Þrjár dropar, — svaraði dökkálfurinn. — Fyrsta: mín eigin, vampýrablóðið — það bindur allt lifandi án þess að brjóta. Önnur: blóð ættarinnar sjálfrar. Sú þriðja: neisti hins guðdómlega — dropi amrits, það er að segja af yður. Þá mun nálinn taka að heyra heiminn.

— Gerðu það, — sagði William. — Lát hverja ætt fá sinn blóðáttavita. Lát hverja ætt ákveða fyrir sig. Fórnin skal vera sjálfviljug. Enginn má knúinn til.

Og í þessu augnabliki skildi hann: hann var ekki lengur sá sem hann hafði verið. Þetta var fyrsta skipun hans.

Úr mannfjöldanum steig fram öldungur með skegg niður á jörð. Húð hans og hár voru þakin hrími, í augum hans glampaði elding, og rúnir runnu eftir líkamanum.

— Ha-ha! Ég heilsai konungi með brennandi hjarta! — kallaði hann. — Ég er jarl Wieland, sonur Vódans, járnsmiður í Ulvdalir. Gefðu okkur tíma, drottinn, og við finnum mann sem er verðugur máttar guðanna.

Ég er smali, og hann kallar mig konung... hugsaði William. Ef ég samþykki, móta ég örlög; ef ég hafna, brýt ég þau.

— Allt í lagi, — sagði hann. — Ég gef þér eitt ár, Wieland, sonur Vódans. Finndu hinn verðuga.

Fram steig björn, og þegar hann reis á afturfætur breyttist hann í vargmann með augu í lit tunglsins.

— Høvdingi minn, — sagði hann, — ég er Manitu, af ætt varga. Ég þakka mikla Anda fyrir þessa fund. Við þurfum eitt ár til að finna þann sem verður ílát máttarins.

— Eftir eitt ár, Manitu, mun ég bíða ykkar.

Úr hópnum steig hár maður með mikla hjörtuhorni. Á eftir honum komu verur sem runnu saman við náttúruna sjálfa: hár þeirra fyllt blómum, líkamar vafðir vínvið, augun eins og morgundögg.

— Ég er Cernunnus, — sagði hann, — af ætt barna skógarins. Við erum andardráttur jarðar, verndarar skóganna. Við þurfum tíma til að finna hinn útvalda.

William hlustaði, og hjartað herptist — hann gat ekki útskýrt hvers vegna hann fann þau svo náin. Kannski vegna þess að vargar og þeir höfðu einu sinni verið ein ætt. Kannski vegna þess að hann sjálfur var barn jarðar.

— Lát vera. Eftir eitt ár mun ég bíða ykkar hér.

Fyrir hann kom fram drekaættaður — húðin glitraði eins og sjávarskeljar, hreyfingar hans voru tignarlegar.

— Himneski drottinn, — sagði hann. — Ég heiti Lung Wang. Við, drekaættaðir, munum þjóna yður með öllum mætti dreka. Okkur þarf eitt ár til að finna mann sem ber lit blóðs okkar.

— Mér er heiður að eiga hlut með ætt ykkar. Megi bandalag okkar verða eiður.

Úr mannfjöldanum steig ljósálfur, húðin glitraði eins og kristalryk.

— Herra Konungur, — sagði hann, — við, ljósálfar, munum þjóna yður, en við munum ekki heyja stríð. Við erum þjóð sköpunar.

— Hvað heitir þú? — spurði William.

— Við eigum engin nöfn. Við erum eitt heild, einn andi.

Hversu fjarlægir þeir eru... en samt trúa þeir orðum mínum.

— Þá skuluð þið byggja, lækna, vernda. Þannig munið þið þjóna heiminum.

Álfrinn laut höfði.

— Ég þakka yður, Herra Konungur.

Úr baki mannfjöldans skreið risavaxin slanga með líkama konu frá mitti og upp. Hún leystist upp í reyk og birtist sem tignarleg kona.

— Maharaja William, — sagði hún, — ég er Ananta, tala fyrir hönd naga, elstu þjóðar. Við erum varðmenn visku heimanna. Við hefjum ekki stríð, en erum reiðubúin að bæta syndir okkar. Við munum skapa ekki einn útvalinn, heldur heila ætt galdramanna — þeirra sem fæðast af sambandi okkar líkama við menn, ef þeir sjálfir kjósa það.

Augun hennar blossuðu.

— Sérðu þá fugl? Hann lítur á með augum Frúnnar við vatnið. Vivian leysti okkur úr ánauð þegar þú barðist.

Vivian... Nafnið lamdi í hjarta Williams.

— Sverð þitt ber nafnið Caliburn. Það var smíðað úr blóði margra og hjarta manns sem gaf líf sitt fyrir það. Nafn hans — Emrys.

Emrys... Hann dó, svo ég stæði hér.

Ananta benti á Darius:

— Sá þar er vampýra. Blóð hans er sérstakt. Silfur og sól drepa þá, en líkamar þeirra eru sterkir. Blóð þeirra er bölvun og máttur í senn. Hann er hættulegur.

Þannig stendur fornt böl við hlið mér. En var ég sjálfur ekki skrímsli í augum annarra? Hvítur, frábrugðinn, útskúfaður?

— Hann skal lifa, — sagði William. — En þegar tíminn kemur, mun hann gefa líf sitt fyrir friðinn.

Ananta laut:

— Verði svo.

Fram steig kona, demiúrg, húð hennar var fjólublá og þakin rúnaletri, og yfir höfði hennar skein ljónsleg aura, lík þeirri sem skein yfir William í orrustunni.

— Nesú-bíti, ég er Menhit. Ætt okkar ræður yfir leyndarmáli smíði helgigripa. Við þurfum ekki að leita að manneskju — hún er nú þegar hér.

Hún gekk að Isabellu og benti á ambátt hennar — unga konu með dökka húð. Rödd Edwin þýddi orð þeirra.

— Viltu öðlast mátt og þjóna konunginum?

— Ef frú minni þóknast svo.

— En viltu það sjálf?

— Líf mitt tilheyrir henni. Hún bjargaði mér.

Menhit kinkaði kolli og leiddi stúlkuna til Williams.

— Hér er hún, Nesú-bíti. Í blóði hennar rennur máttur okkar.

— Hvað heitir þú? — spurði William.

— Bastis, — svaraði hún.

Ananta, sem stóð hjá, framkvæmdi helgisiðinn: Menhit hvarf í blindandi ljóma og breyttist í amritstein sem rann inn í líkama stúlkunnar. Húð hennar varð bronslituð, augun — gullin, og í hendi hennar birtist khopesh.

— Þjónaðu með sóma, Bastis, — sagði William.

— Já, konungur minn.

Hann sneri sér að Edwin:

— Þú verður ráðgjafi minn.

— Ég? — leprekauninn hiksti. — Ég þekki ekki lög manna.

— Þú munt læra. Og ég læri ykkar. Er það ekki réttlæti?

— Mér verður heiður að þjóna yður, yðar Hátign, — svaraði Edwin og laut.

Húð Williams huldist málmkenndum hreisturum, eins og þá yfir orrustuvöllinn, eins og jörðin sjálf hefði ákveðið að verða brynja hans.

Yfir höfði hans blossaði draugkennd aura, líkt ljóngrímunni. Annað augað skein himinblátt, hitt var rautt sem blóð.

Hann lyfti hendinni, og hringurinn varð að sverði.

Ég er enn sá drengur sem þeir kölluðu Mús. En ef heimurinn kallar mig konung — þá verð ég að vera hann. Ekki fyrir hásætið. Fyrir þau.

Edwin féll á kné. Á eftir honum — öll þjóðin. Mannfjöldinn ómaði eins og haf, en í þessum dyn heyrðist aðeins eitt orð:

— Konungur.

Og á þeirri stundu hætti hann að vera skuggi. Hann varð sá sem aðrir munu lifa og deyja fyrir. Músin sem hafði öðlast hjarta ljónsins.

Til hliðar stóð Julian. Hann sá hvernig mannfjöldinn laut og hvernig bróðir hans skein með mætti guðanna. Gleði og öfund börðust í honum.

Af hverju ekki ég? Ég er sterkari. Ég hef þráð frægðina. En útvalinn er hann...

Fingur hans krepptust um hjalt sverðsins, en augun fylltust tárum.

Þú ert bróðir minn... og ég er stoltur af þér.

Og í fyrsta sinn laut Julian höfði — ekki sem bróðir, heldur fyrir konungi.

Bak við súlur hallarinnar, falin í hálfri birtu, stóð Isabella. Hún sá fólkið beygja sig og hvíslaði:

— William... hjarta mitt er þegar í höndum þínum. Jafnvel þótt ég megi ekki stíga til þín — hef ég svarið að bíða.

Augun hennar loguðu bjartara en kórónur.

Þú ert orðinn konungur. En fyrir mig verður þú ávallt sá ungi maður í stráhattinum.

Kafli 8. Húsið undir hvelfingu stjarnanna

Þegar fundinum með verum úr öðrum heimum lauk, hljóðnaði torg Camlann ekki — þvert á móti virtist sem jörðin sjálf hlusta enn eftir bergmáli radda þeirra. Fólkið og þjóðirnar dreifðust, en loftið var enn þykkt, eins og spunnin hefðu verið musterisvef fateðlis hér, og ósýnilegar fingur renndu enn eftir mynstrum hans.

Bastis, nýfædd úr blóði og amritsteini, gekk til Williams. Augu hennar — gullin hringrás — loguðu tryggð og þrá að ganga sína leið.

— Konungur minn, — rödd hennar var mjúk sem söngur eyðimerkur, — leyfðu mér að fara til Egyptalands, til þjóðar minnar, svo ég geti staðið þar gegn myrkri. En eftir eitt ár mun ég snúa aftur, að sjá yður á ný og læra vilja yðar gagnvart mér.

William horfði á hana. Í brjósti hans sló hjarta Amrits, og hvert högg þess var sem þungi sem fyllti líkama hans.

— Farðu, Bastis, en farðu ekki ein, farðu með demiúrgum — þeir eru nú þjóð þín líka. Og mundu: eftir eitt ár mun leið þín færa þig aftur til mín.

Hún laut, snerti hönd hans með enni sínu og lagði af stað í ferð, fulla sanda og anda.

Ljósálfarnir héldu áfram að lækna særða. Hendur þeirra geisluðu ljósi sem ilmaði af regni og morgundögg. Þeir báru með sér heilun — og aðvörun: í hverjum augnaráði þeirra var minning um að ljós lifir aðeins við hlið myrkurs.

Edwin, hinn rauðskeggjaði leprekaun, settist við eld og reyndi að lærastafsetja mannlegar bókstafir. Hann muldraði eitthvað, fléttandi þá saman við ný orð, eins og hann reyndi að sameina tvo heima í einu andardrætti.

William og Julian fóru til grafreits fjölskyldunnar. Þar sem jörðin geymdi bein ættingja, lá einnig minningin um þann einfölda mann sem hann eitt sinn var.

Julian horfði á hann þögull og spurði loks:

— Bróðir... hvernig fékkstu þennan mátt, er þetta sá sverður sem töfralyðrinn hélt hjá lindinni?

William lagði hönd á Caliburn og svaraði:

— Þetta sverð er ekki það sama — en það leiddi mig að þessu.

Hann sá hvernig Julian rétti fram hönd til að snerta sverðið, en ósýnileg bylgja hratt honum frá. William kipptist við. „Sjálfs jafn bróðir minn á ekki leið að þessari braut... þá er hún aðeins mín. En er hún ekki byrði, ekki bölvun?“

Við gröf föður síns stóð Isabella. Svört klæðin léku í vindinum, og augu hennar voru full sorgar og ósagðra orða.

— Ég harma missi yðar, — sagði William, og rödd hans titraði.

— Ég þakka yður, — svaraði hún. — Og ég harma yðar, minn konungur. Í kvöld mun ég yfirgefa Camlann og snúa aftur heim. Fólk mitt veit nú hvað gerðist, þótt það trúði bréfum mínum ekki strax.

Hjarta Williams fylltist tómi. „Ef hún fer — missi ég hana. Nýverið fékk ég heiminn... og nú glatast hann.“

— Farðu ekki, — sagði hann snöggt, næstum sem skipun. — Vertu hér.

Hún leit á hann. Í augum hennar blikuðu undrun og mild von.

— Ef yður þurfi mín, minn konungur, mun ég verða. Segið aðeins — hversu lengi, svo ég geti látið heima vita.

— Að eilífu.

— Að eilífu?..

— Já. Vertu mín, og heimili mitt verður heimili þitt.

Þögn féll, eins og stjarna hefði fallið í vatn. Og úr þessari þögn fæddist samband þeirra.

Brúðkaupið var haldið þegar sár Bretlands fóru að gróa, líkt og brunasár á húð. En ekki allir glöddust.

Darius, vampírinn af ætt myrkálfanna, sá hvernig Julian horfði á Isabellu. Öfund og ást börðust í augum hans. Og sögusagnir smugu gegnum Camlann eins og ormar: „Bróðir konungs er ástfanginn af drottningunni...“

Julian drakk æ oftar. Hann fannst við vatnið, drukkinn og ráðvilltur. Aðeins Vivian, húsfreyja vatnanna, steig stundum upp úr djúpinu og gaf honum fisk — líkt og móðir hjálpar hjálparvana syni sínum. Í augum hennar var vorkunn, en í hans — skuggi tapaðra drauma.

Skógarbörnin gátu ekki sannfært né einn mann úr Sherwood-skógi um að taka við mætti þeirra. Og engan annan fundu þau.

Ljósálfarnir hurfu til Avalon, og sögur tóku að berast um kristalhöllir þar sem lækna mætti líkama og sál — en þar sem þeir dóu sem báru óhreint hjarta. Fólk ferðaðist þangað með lotningu — og fáir sneru aftur.

Heimurinn breyttist. Nærliggjandi konungsríki reyndu að kalla William ranglætisherra. En Caliburn talaði fyrir hann. Ljómi hans skildi engum: hann var konungur.

Draugar og drekar birtust um allt land. Sumir rifu fólk í sig, aðrir nærðust á ávöxtum og sködduðu engan. En óttinn jókst. Þá voru stofnaðar nýjar reglur — veiðimenn skrímsla og veiðimenn dreka.

En William var sjaldan heima. Hann ferðaðist um Bretland, barðist gegn verum, lokaði göngum, rjáfði við þjóð sína. Isabella beið þolinmóð — og ást hennar var hljóður eldur sem brann jafnvel þegar hann var fjarri.

En í hjarta Williams talaði rödd — mjúk og undanbrjótandi: „Þú varst útlægur, húðhvíti, óvelkomni, veiki, þú óttaðist augu annarra og eigin skugga. Nú ertu konungur. En mundu: konungur er ekki kóróna, heldur kross. Hvert spor þitt — blóð. Hver skipun — örlög. Hver ákvörðun — eilífð."

Stundum vaknaði Isabella um nætur og gekk í salinn þar sem Caliburn stóð. Mánaljósið féll á blaðið, og þar, í hálfrökkrinu, sat William. Hann heyrði ekki skref hennar — augu hans voru föst í tóminu.

— Þú sefur ekki enn, — hvíslaði hún.

— Svefn flýr þá sem bera ljósið, — svaraði hann lágt, og rödd hans var eins og talað væri af sjálfum himninum.

Hún ætlaði að snerta öxl hans, en hönd hennar stansaði á leiðinni. Henni fannst ótta vekja hljóðið sem umlukti hann — ekki dauðlegt, heldur djúpt og marklaust.

Á dögum, þegar hann sneri heim úr leiðöngrum, tók hún eftir því að augu hans höfðu breyst. Annað skein enn með bláum himni, hitt — með deyfðum eldrauttum loga. Í dýpinu leyndist þreyta sem þekkti engan hvíld.

Stundum sá hún hann standa við gluggann, horfandi út í fjarskann — þangað sem sjóndeildarhringur hófst — og það var eins og hann leitaði ekki óvina, heldur sjálfs sín. „Þú fjarlægist okkur..." hugsaði hún. „Alla okkur. Og ef til vill snýrðu aldrei aftur sem sá sem þú varst."

Og svo kom dögun. Fyrstu geislar sólar snertu andlit hans, og í svipinn fylltist eldrautt augað gulli, og hitt — himninum. Tveir litir mættust í augnaráði hans — ljós og skuggi, trú og stríð, líf og byrði eilífðar. Og Isabella skildi: hann lifði enn. En ljósið í honum — var ekki lengur fyrir heiminn. Það logaði aðeins í honum sjálfum.

Kafli 9. Allt á sitt verð

Tíminn leið, og nafn Williams ómaði langt handan landamæra Camlann. En ekki veislur né söngvar gerðu hann frægan, heldur blóð skrímslanna sem hann hafði úthellt og klórförin sem þau skildu eftir á líkama hans.

Fyrsti mikli óvinur hans eftir orrustuna við Camlann voru fomorar — risaverur úr fornum djúpum, með líkama sem minnti á manninn, en brenglaður af myrkrinu sjálfu. Skref þeirra klofnuðu jörðina, og andardráttur þeirra var sem sviðalykt brennandi kola. William barðist við þá undir þungum himni, þar sem sólin sjálf virtist fölna af ótta. Hann fann hvernig Caliburn titraði í höndum hans — eins og sverðið sjálft þyrsti í blóð þeirra. Hvert högg ómaði í brjósti hans, eins og hjarta amrits slægi í takt við klingjuna. Blóð fomoranna var dökkt og þykkt sem hráolía; þar sem það snerti jörðina, tók að rjúka. En Caliburn skein svo skært að myrkrið bar ekki ljóma hans.

En það voru ekki alltaf risaverurnar sem reyndust hrikalegustu óvinirnir, heldur blekkjandi skrímsli, sprottin úr martröðum. Meðal þeirra var púkinn puca — andi í hamskiptum sem unni þess að birtast sem sléttfeldur svartur hestur. Fax hans glóðaði sem glóðarkol, og augun loguðu í djöfullegum, gulum ljóma. Eitt augnaráð — og þú varst þegar í hnakknum, fangi illgjarnt gleðileikja hans. Hann þaut með manninn yfir gjár og ár, hló þannig að kuldinn steig inn að beinum, og henti svo bráðinni í vatnið og át hana þar. Við dögun, við mókennd vötn, dvaldist augnaráð Williams augnablik á einni skjálfandi dropu í loftinu — og fyrst þá mætti hann augum hestsins, pucu. Hjarta hans sló á fleygiferð. En amrit sló í brjósti hans, og hann skildi: ekki allir sem temja dýr þurfa að vera fórnarlömb. Hann stökk sjálfur upp í hnakkinn — ekki undir álögum, og reyndi Caliburn í háls hennar þar til hún, kafandi í gígjandi ópi, hvarf í mókenndum reyk.

Fornt og hrikalegast skrímslanna var piast — ormurinn í Lough Ree. Langur hálsinn, vafinn þangi sem dauðu fax, uggar sem rifu vatnið.

Hann steig sjaldan á land, en í svelti át hann bæði skepnur og menn. Orrustan við hann var annars eðlis: ekki í hávaða, heldur þögn. William settist á hækjur sér við svartan vatnsflötinn, renndi fingrunum eftir blautum bergbrúnum og jafnaði andardráttinn. Þegar yfirborðið rifnaði og gin skrímslisins, ilmandi af leðju og dauða, reis upp, steig hann sjálfur út í vatnið, til að mæta því á þess eigin valdi. Caliburn blossaði, og vatnið varð um stund að bráðnu silfri.

Svo voru líka þau sem sjálf drápu ekki, en báru með sér óreiðu: „stökkvararnir í vatnið" — froskar með vængi og hala, sem með skræknum sínum lama fiskimenn. Þeir slitu net, rifu bráðina. Hér var engin stór orrusta — aðeins þreytandi veiðar. Nótt eftir nótt leitaði William með mönnum sínum meðfram ströndunum. Fyrir hverja ferð hreinsaði hann af stígvélum sínum eina þangræmu, strauk hrjúfan hjalt sverðsins — og gaf fyrst þá hljóðlaust merki um að halda af stað. Að lokum, við dögun, skildi hann: ekki hver sigur er í blóði óvinarins. Stundum er sigurinn í því að fæla burt óttann. Hann skipaði að færa að vatninu fórnarbrauð; verurnar drógu sig í hlé, mettar af gjöfinni. „Konungur þarf að kunna ekki aðeins að fella óvin, heldur líka að stilla óreiðu með orði."

En engu verður líkt við dreka. Andardráttur þeirra er eitur, eldur, frost eða elding. Líkin — löng, snákkennd; vængjuð eða án vængja, en alltaf þakin hreistri harðara en járn. William mætti þeim á fjöllum, í hellum, við vötn. Hver orrusta — eins og stríð. Gnýr þeirra skók himnana, skuggar þeirra kæfðu sólina. Stundum féllu þeir fyrir sverði hans, en sárin sem þeir skildu eftir brunnu lengi. Eftir hvern sigur kölluðu menn hann með nýju nafni: Pendragon — Höfuð dreka. Samt, þegar mannfjöldinn hyllti hann, ríkti þögn í hjarta Williams. Hann greip í eina litla rykkorn af ljósi í loftinu, lét það falla á lófa sinn — og lyfti fyrst þá augunum til fólksins. „Þeir kalla mig Höfuð dreka... En ég er enn sami smámaðurinn — mjúkur, framandi, sem hafði andstyggð á blóði. Getur sá, sem menn litu á með ótta vegna hvítrar húðar og himinblárra augna, orðið höfuð skrímslis? Eða er ég sjálfur farinn að verða skrímsli, drepandi skrímsli?“

Edwin, leprekauninn og ráðgjafi, sagði við eldinn, þegar eldurinn speglaðist í gleraugum hans:

— Drekar voru miklir hermenn í fyrri lífum. Nú eru þeir aðeins skuggar frægðar sinnar.

Eitt ár leið. Og enn fylltist torg Camlann af röddum. Gengur þeirra annarra þjóða nálguðust: neðanjarðardvergar í brynjum skreyttum rúnaljóma, vargar í mannaími með dýragrímur, skógarbornir með horn og blóm í hári drekknanna, drekaættaðir í skeljaljóma, ljósálfar í geislum, nagar — tignarlegar, vafðar gullarmböndum. Og meðal þeirra — menn. Hver ætt hafði leitt einn dauðlegan til helgisiðs — til að binda blóð mannanna við arf annarra heima.

Við hlið hásætis stóð Edwin — leprekauninn, málsvari á milli kynja. Áður en hann nefndi næstu þjóð, kinkaði hann alltaf stutt, slétti með fjöðrinni horn pergamentsins — og talaði aðeins síðan. Ananta, nagan, var við hlið hans — mjó og liðug; í augum hennar bjó þúsund ára viska. Loftið var þykkt af tjöru, járni, jurtum og reykelsi. Grár himinn tætti í veifur, þar sem tákn þjóðanna fléttuðust hvert um annað. William sat uppréttur, en innra með honum skalf allt. Hann renndi laumulega lófa eftir kaldranalegum steini undir handriðinu, eins og hann þreifaði á styrk eigin vilja. „Ég var mjúkur og framandi, óttaðist blóð og slátrun; í dag er ég járnsmiður örlaganna. Hvert orð mitt verður eilíft. Villa verður að bölvun.“

Fyrstur steig fram dvergurinn Wieland, í brynju skorin rúnaljóma. Á staf hans lék kúluljós.

— Já-á! Ég heilsai þér, konungur! — hamrarnir glömpuðu í rödd hans. — Ég, jarl Wieland, sonur Vódans, hef leitt þér mann úr norðurlöndum, eins og heitið var. Já-á! Gakktu fram, sveinn!

Hjá dvergunum steig fram ljóshærður, grannur maður — með ótta og ákveðni í augunum. „Svona var ég: ósýnilegur, lítill. En örlögin elska hina veiku — til að gera þá sterka.“ Drengurinn laut djúpt; William svaraði með varla sýnilegri hneigingu og spurði, eftir að hafa dregið andann djúpt:

— Hver mun færa fórnina?

— Já-á... Vilja — hafði ég, — lækkaði Wieland höfuðið. — En bróðir minn mun sverja að deyja, ef ég þigg ekki fórn hans.

Stutt þögn. William strauk með þumalfingri eftir skurðum hjaltsins.

— Nafn hans?

— Já-á! Egill!

Fram steig annar: lágvaxinn og þéttur; skegg hans rauðglóandi sem eldur. Húð hans — svartur óbsidean, eftir henni hlupu rúnir eldsins. Á enninu skein Tiwaz (◈) — rúna stríðsmannsins og fórnarinnar. William faðmaði hann; áður en hann mælti þakkarorð, dró hann hljóðlega andann djúpt, eins og hann reyndi að gleypa hitann úr brjósti Egils.

— Ég þakka þér, Egill. Þú munt ganga inn í minningu kynjanna.

„Augun hans loga af lífi, en hann gengur til dauða. Ég tek við gjöfinni — þá er ég ekki aðeins konungur, heldur böðull líka."

Ananta lyfti höndunum — blár ljómi rann milli lófa hennar, forn orð ómuðu sem klukknahljómur. Brjóst Egils blossaði innan frá; loginn braust út og þéttist — og í loftinu fæddist amritsteinn, rauður sem blóð guðanna. Lík hans slokknaði — hann stóð stirður sem stytta, rúnirnar urðu að ösku. Steinninn hvarf inn í brjóst drengsins. Hann öskraði — og tók að breytast: bein fylltust mætti, vöðvar óx; helmingur líkamans varð að eldsóbsidean, hinn helmingurinn — norðurljósstáli. Á enninu blossaði Eihwaz (◈) — brúin milli lífs og dauða.

— Nafn mitt er... Beowulf, — dundi rödd hins nýfædda.

William lagði lófa á öxl hans — stutt, en fast.

— Þjónaðu trúfast. Dvergafólkinu og mönnum.

„Styrkur hans var skapaður af blóði. Og sérhvert blóð krefst þess að ég bregðist því ekki — jafnvel á kostnað míns eigin."

Þoka árinnar huldi borgarmúrana; kyndlarnir sveifluðust; í reyknum heyrðust hvíslandi raddir — hvort sem það voru hinir dauðu eða rödd annarra heima.

Manitu, vargmaðurinn, flökti milli myndar bjarnar og úlfs. Við hlið hans gekk gráhærður maður með andlit markað vindi.

— Höfðingi minn, — hvíslaði hann, og William snerti laumulega jörðina með fingurgómunum áður en hann svaraði, — við fundum útvaldan. Nafn hans er Kanta. Ég er glaður að gefa honum styrk minn. Megi Mikli Andi vernda hann.

— Er hann ekki of gamall? — spurði William, og rétti bakið eftir örstutta þögn.

— Gamalt er líkamann, ekki sálin. Nýtt líkams-hylki mun hann fá.

Blár logi Anantu skautst upp; Manitu leystist upp í reyk — dýr-fugl lyftist upp til himins, kallaði sem þrumur og hvarf. Amrit steig inn í Kanta; bakið rétti úr sér, hárið dökknaði, augun glampandi marglit. Um stund glitruðu kringum hann andadýr — og leystust upp.

„Hver og einn þeirra verður að vopni... og ég er sá sem neyðir þá til að vera vopn," hugsaði William og kreppti fingurna um hringinn.

Lung Wang, foringi drekaættaðra, laut til jarðar. Með honum — grannur ungur maður.

— Himneski drottinn, — hafrótið glumdi í rödd hans. — Mér er heiður að deyja fyrir farsæld kynjanna. Þessum manni færi ég líf sitt.

William reisti þá báða, áður en hann svaraði lagði hann lófa á brjóst hins eldri — eins og hann setti ósýnilegt innsigli. Ananta mælti álögin; Lung Wang teygðist í gríðarstóran dreka, sveipaði skýjunum og hvarf. Ungmaðurinn stóð eftir — augun orðin drekaleg; í lófanum blossaði í augnablik kúluljós — og hvarf.

— Nafn þitt?

— Ryūjin.

Að fótum konungs féll maður í hettu.

— Konungur, fyrirgef! — hann barði enni í steininn; William lagði stutta, þunga hönd á öxl hans. — Ég hafnaði börnum skógarins... púkar drápu mína...

— Er þetta hann? — spurði William Cernunnus, og dró til baka höndina.

— Hann, — kinkaði höfðinginn.

— Fyrirgef honum, Cernunnus. Kallaðu til þín þann sem er reiðubúinn að gefa lífið.

Himinninn dimmdi. Hrafnar tóku að sveima. Úr svörtum hvirfli gekk drekknan með boga.

— Ég er Morrigan. Ég gef líf mitt fyrir hefnd. Hevndu mína — og þína.

Helgisiðurinn var fullgerður: Morrigan leystist upp í hrafna; boginn stóð eftir. Amrit fór inn í manninn: augun urðu djúpsvört; bláar spíralir huldu húð hans; á bakinu breiddust út vængir, svartir og glansandi sem hrafnsvængir.

— Leyfðu mér að drepa óvini mína.

— Segðu nafn þitt.

— Robert frá Loxley.

Hann þaut upp; áður en hann hvarf úr augsýn, fylgdi William honum með augunum til síðustu svörtu punkts í loftinu — og aðeins þá færði hann höndina að sverðinu.

Þegar svarti hrafnaflokkurinn var horfinn, féll þögn yfir torgið. Hún var rofin af hljómi — þungum eins og höggi fornnar keðju. Fram steig Bastis. Gull brynjunnar söng sem bronsgóng; við hlið hennar gengu demiúrgarnir og gullnar spegilmyndir þeirra — vopnin þeirra flæddu og breyttu sér, eins og þau væru lifandi.

— Mig gleður að sjá yður aftur, minn konungur, og fyrrverandi frú mína, Isabellu, — sagði Bastis.

Áður en William svaraði, greip hann um hjalt sverðsins — stutt, eins og hann setti hjartslátt sinn í takt.

— Um kraft ykkar er talað við ystu mörk heimsins. Látið óvininn ekki yfirbuga ykkur — hvorki í mætti né visku.

— Verður gert, minn konungur, — Bastis kraup.

Þá steig Darius fram — skikkjan huldi hann fyrir sólinni. Mannfjöldinn hrökk í kút.

— Konungur minn, — djúp rödd hans fyllti rýmið, — nú er komið mitt eigið tækifæri. Ég gef þetta tóma líf mitt fyrir hinn mikla tilgang. Ég hef valið mann úr þínu eigin kyni.

— Hver er það? — William, áður en hann spurði, bankaði með hnúunum í brún hásætisins.

— Bróðir þinn. Julian.

Þrumur rufu þögnina.

— Julian! — kallaði hann. — Bróðir, ert þú hér?

Edwin steig fram:

— Hann er ekki með okkur, konungur. Líklega við vatnið... með húsfreyju Vivian.

— Finndu hann. Segðu: ekki sem konungur, heldur sem bróðir — kalla ég á hann. Og segðu að í höndum hans sé líf Isabellu.

Edwin kinkaði stutt — og hvarf í mannfjöldann.

Heimurinn þrengdist í hnút: í himninum — bráðnar spor Roberts; í skýjunum — titra slóð dreka; á svörtum steini — glóir enn Tiwaz-rúna. Allar öldur ársins, fórnirnar, runnu saman í einn straum.

Isabella hrópaði skyndilega og féll. William greip hana; áður en hann kallaði, lagði hann eyra að andardrætti hennar — veikburða, strjálu.

— Einhver!

Enginn vissi hvað skyldi gera. Ananta hvæsti:

— Til álfa strax. Til Avalon.

William tók hana í fangið — og hljóp. Í gegnum skóga og velli — hann taldi andardrætti hennar. Einn, annar, hlé... annar andardráttur. Avalon skein af gleri og ljósi. Álfarnir gengu fram að honum.

— Við getum ekki hjálpað, — sögðu þeir. — En undir hjarta hennar slær arftaki... konungs.

Orðin slógu hann. William andaði djúpt — og hljóp til baka.

— Hjálpið! — hann hljóp inn á torgið.

Enginn vissi hvað ætti að gera. Hann féll á kné og, áður en hann lokaði augunum, snerti hann enni hennar með enni sínu.

Edwin sneri aftur — án Julian. Mjúk hönd lagðist á öxl konungs — og þögnin varð þyngri en orð. Sólin laut að vesturhimni; múrarnir loguðu rauðir. Andardráttur Isabellu dofnaði.

Darius steig fram; skuggi hans lá yfir steininum.

— Það er ein leið. Ég get það ekki — en bróðir þinn mun geta, ef hann þiggur afl mitt.

— Hún verður... vampýra? — William kyngdi, fingurnir krepptir um hringinn.

— Það er eina leiðin.

Ananta:

— Ekki trúa. Í orðum hans er eitur.

Yfir torginu — dökkur fugl með augu vatnsins.

— Vivian... — William leit til fuglsins, — segðu Julian: ekki sem konungur, heldur sem bróðir — kalla ég á hann. Og segðu að í höndum hans sé líf Isabellu.

Fuglinn hvarf.

Brátt skalf torgið undir hófagangi. Julian hleypti af baki; áður en hann talaði, greip hann í loftið — eins og hann óttaðist að ná ekki andanum í tíma.

— Segðu — og ég geri það!

— Þigg afl hans, — sagði William hásri röddu. — Engin önnur leið er til.

— Þá verði svo.

Ananta hóf söng sinn; loftið fylltist reyk. Darius — rétt áður en hann leystist í ösku — brosti. Enginn vissi að hann hafði blandað eigin blóði í vín Isabellu, með draum um að endurvekja ætt vampýra. Hann vissi að blóð hans átti sér enga lækningu og að fyrir guðlíkan William væru þessar tvær verur sem líf, sem minning.

Amritsteinninn blossaði rauður og fór inn í hjarta Julian. Beinin brotnuðu, húðin þaktist blóðæðum; úr bakinu rufu sig dökkir vængir; augun fylltust rauðu. Mannfjöldinn andvarpaði í skelfingu. Smám saman tók hann á sig mannslíki á ný — en ekki alveg.

— Gerðu það, — William lokaði augunum eina sekúndu — og kinkaði. — Bjargaðu henni.

Julian laut niður og beit varlega; tæpt blóðstreymi hófst — andardráttur jafnaðist, en andlit hennar fékk ekki lits. William lokaði augunum. „Hún lifir..." — og leyfði sér fyrst þá að draga andann.

Isabella opnaði augun.

— Ég finn kraft, — hvíslaði hún. — Eins og ég andaði í fyrsta sinn.

Sunnan sólin var ekki enn horfin; einn geisli snerti húð hennar — hún öskraði; eldur fór eftir líkamanum. William greip hana og bar í skugga hallarinnar, þrýsti enni sínu að gagnauganu hennar — og eldurinn slokknaði.

Julian:

— Hver er ég? Og hún — hver er hún nú?

— Vampýrur, — sagði William lágt. — Sólin er óvinur, silfur er dauði. En þetta var eina leiðin.

Hann leit á Isabellu.

— Hvernig líður þér?

Hún brosti nýju brosi, bæði ógnvekjandi og fagurfræðilegu:

— Mér líður betur en nokkru sinni fyrr.

Frá þeim degi stóðu þung, dökk tjöld í burstum drottningar. Áður en William gekk inn, strauk hann alltaf með lófanum eftir kalda klæðið — sannfærði sig um að enginn geisli brytist inn. Silfur hvarf af borðum: kaleikar og diskar voru úr svörtu gleri. Við þröskuldinn lá mjó lína af ösku — spor hennar, varkár skref að ljósi. Í speglunum sást hún — fölari en áður — og alltaf sneri hún augunum undan; en hann hélt augunum á varla skynjanlegum slætti við hálsinn á henni — nýjum, næturlægum.

Og William skildi: verðið fyrir frelsun hennar var eilífur skuggi, breiddur út á gólfi heimilis þeirra.

Kafli 10. Bönd blóðsins

Með tímanum lærðu Isabella og Julian að lifa í nýjum líkama sínum. Að sjá voru þau enn menn, en augun höfðu breyst — í dýpinu glitraði svangur nóttarskuggi, eins og glóð undir ösku. Húðin hafði fölnað, harðnað, æðarnar ljómuðu silfruðu ljósi, eins og tunglskin rynni um innanverðan líkama. Klær birtust á augabragði, andardrátturinn varð kaldur, næstum hljóðlaus. Stundum, í algerðri þögn, mátti heyra að í líkama þeirra sló ekki blóð, heldur hvíslandi myrkur.

En bölvunin deildi mætti sínum ójafnt. Julian þoldi bæði sólina og silfrið. Hann svaf eins og venjulegur maður og vaknaði með fyrstu birtu. Isabella féll hins vegar á daginn í djúpan svefn, og um nætur vaknaði hún — andardrátturinn varð skarpur, augun ljómuðu eins og tvö ber sverð. Þegar Julian hvíldi, sat hún hjá William. Hljóðlát. Stilling. Stundum snertu fingur hennar hönd hans — en stelnuðu jafnóðum. Logi kertisins flökti á andliti hennar og varpaði skugga sem minnti á vængi. En um leið og bróðirinn vaknaði, dró ósýnilegur þráður hana á brott. Skref... andardráttur... þögn, sem spennt strengur. Og hún hvarf út í myrkrið, eins og nóttin sjálf kallaði hana með nafni.

Stundum, við gluggann, horfandi á tunglið, heyrði Isabella eigin hvísl, eins og það væri ekki hennar eigið. Í glerinu endurspeglaðist andlit hennar — og virtist ekki tilheyra henni. Eitt kvöld sagði Julian djúpri röddu:

— Kyssðu mig.

Þögn. Þögn fyllt andardrætti og varla merkjanlegum hjartslætti. Hún hlýddi.

— Leggstu hjá mér.

Líkaminn hreyfðist af sjálfu sér. Ljósið var slökkt, og eftir var aðeins hljóðið — tvö andardrættir sem urðu að einum. Isabella, drottning Camlann, kona Williams, varð fangi framandi blóðs.

Vivian, Frúin við vatnið, sá allt með augum fugls síns. Þegar hún kom til Williams, var eldurinn í arninum að lognast út af, glóðirnar brustu. Logi eldsins speglaðist í Caliburn — eldur og stál skalf saman. Konungurinn lyfti augunum, og skuggi augnháranna féll yfir andlit hans eins og gríma.

— Drottning þín tilheyrir sér ekki lengur, — sagði Vivian. Rödd hennar var mjúk eins og vatn sem rennur yfir stein. — Hún hlýðir blóðinu, ekki hjartanu.

William þagði lengi. Hann strauk lófanum eftir steinveggnum — kuldinn svaraði honum með sársauka.

Þá er hún glötuð. Tvisvar glötuð: fyrst dauðanum, nú bróðurnum.

Caliburn kólnaði í hendi hans.

Að morgni var Camlann sveipaður gráu ljósi. Vindurinn gein í turnodda, fánar rifnuðu í ræmur.

— Isabella. Julian, — sagði William. Rödd hans hljómaði sem högg í kopar. — Farið mér úr augsýn. Snúið aftur þangað sem þú bjóst áður. En ef ég kemst að því að þið hafið snert eina einustu mannssál — mun ég hefja Caliburn gegn ykkur. Ég sver við þetta sverð og alla guði sem heyra mig.

Bergmál orða hans rann eftir steininum eins og þrumur. Fuglar lyftust af turnum. Og aðeins vindurinn svaraði með andvarpi.

Ég gaf ástina nóttinni. Ég gaf bróðurinn í myrkrið. Megi örlögin taka það sem eftir er af hjartanu — ég mun ekki víkja.

Tunglið stóð yfir vatninu — fullt, kyrrt, eins og auga án sjáaldurs. Vatnið skalf, og andardrátt þess heyrðist, eins og heimurinn sjálfur andaði. Julian kraup við bakkann, fingur hans grófu sig í blautan sandinn. Skyndilega klofnaði vatnið. Úr djúpinu reis Vivian — líkami hennar skein, eins og hann væri ofin úr tunglskini og þoku.

— Hvernig mun ég deyja? — spurði hann hásri röddu, án þess að lyfta augunum til hennar.

— Þú munt deyja af hendi þess, í æðum hans rennur vampýrablóð sem hvorki sól né silfur geta grandað, — svaraði hún.

Vindurinn strauk um sefinn. Vatnið skalf, eins og það andaði.

— Barnið... — Julian kreppti hendur. — Barnið hennar Isabellu... Verður það sterkara en ég? Mun það bera í sér blóð vampýrs, sem hvorki óttast sól né silfur?

— Já. Og það verður sterkara en bæði þú og William, ef þú gerir ekki það sem þú munt gera, — svaraði hún. Rödd hennar hljómaði sem fjarlæg klukka yfir gjá.

Hann stirðnaði. Tunglið vaggaði í augasteinum hans.

— Svo ég mun farast vegna hans?..

— Já. Og ekki aðeins þú. Isabella og allt hús ykkar líka.

Þögn. Jafnvel bylgjurnar þorðu ekki að snerta landið.

Julian féll á kné. Andardrátturinn varð slitróttur.

Af hverju tekur örlagið allt sem ég elska? Af hverju fær bróðir minn hjarta hennar, en ég — aðeins skuggann?

Nætur urðu langar og seigar. Hann svaf ekki — hlustaði á andardrátt Isabellu. Stundum lagði hann lófa á kvið hennar, þar sem lítið hjarta sló.

— Hann verður dásamlegur, — hvíslaði hann. — Ég mun vernda hann.

En innst inni klingdi stál:

ljúg í nafni frelsunar.

Þegar stundin rann upp og hún fór að fæða, skalf kastalinn af öskrum. Kerti slökknuðu og kviknuðu á ný. Loftið var þykkt sem reykur og lyktaði af blóði.

Barnið fæddist. Kliður grátar hans skar í gegnum nóttina. Julian lyfti honum. Í eitt augnablik staldraði tíminn við. Barnið opnaði augun — og í þeim var augnaráð Williams. Heimurinn þrengdist í þetta augnaráð. Skugginn á veggnum hreyfðist.

Hann hvíslaði:

— Fyrirgefðu mér... litli...

Fingurnir lokuðust. Þögn. Dropi féll á gólfið — og hljóðið var eins og hjarta hefði sprungið.

Enginn sá þetta morð nema ein þjónustukona, sú sem geymdi þessa hrikalegu leyndarmál. Julian hefði drepið hana líka, en þessa nótt sá hann ekki neitt nema blóðugar hendur sínar.

Frá þeim degi varð Julian draugur. Hann gekk um sölurnar, og skref hans ómuðu sem hamarsköll í tómi. Isabella — köld, mállaus, eins og stytta. Stundum um nætur grét hún án þess að opna augun.

Tíminn leið, og þegar stund hennar nálgaðist, gat gamla þjónustukonan — sú sem einu sinni hafði verið henni móðir, vinkona og eini hlýi staður barnsins — ekki sætt sig við dauðann. Í skjálfandi höndum — óttinn, í skýjuðum augum — örvæntingarfull löngun til að lifa. Hún bað, hékk í síðustu bjarma ljóssins.

Og þá laut Isabella — nú næstum laus við mannlegt eðli, en enn varðveitandi síðustu hlýju korn minninga og tengsla — yfir hana. Ástin sigrði bannið, og hún braut það. Kjálkarnir gryfjuðust í hálsinn. Blóðið skilaði lífinu — og minningunni.

Vampýrur, þegar þær gera einhvern að sínum líkum, verða að lifa minningar fórnarlambsins — það er verðið fyrir að gefa máttinn. Og minningarnar blossuðu:

Allt líf þjónustukonunnar — marr í gólffjölum, hvíslandi bænir, lykt af brauði og ösku. Barnsár — grá dögun við hlöðu, þar sem sólin steig sjaldan hátt. Árin í kastalanum — steinn og kuldi, endalausar fæðingar, endalaus tár. Hendur hennar þekktu lífið og dauðann jafn vel.

Svo sú nótt. Isabella, föl sem lilja í snjónum. Tunglskin á andliti hennar, öskur sem rifna í gegnum veggi. Og Julian. Skuggi hans, storknaður við hvílu hennar. Hann tekur barnið í fangið — og andartakið eftir verður svo hljótt í herberginu að heyra má dropa svita falla af höku hans. Þjónustukonan heldur niðri í sér andanum. Hún sér fingurna dragast saman um háls barnsins. Án reiði. Án tára. Aðeins örlagafall. Kertið brakar. Loftið titrar af hryllingi. Og — þögn. Þögn þar sem jafnvel hjörtun hætta að slá.

Hún þekur munninn með lófanum til að öskra ekki. Í brjósti slær óttinn, í maga — kuldi sem ís. Hann hvíslar:

— Fyrirgefðu mér...

Og þá skilur hún: engin fyrirgefning er til — hvorki fyrir hann né hana sjálfa.

Árin liðu. Hún bar leyndarmálið eins og helgimynd sem brennt hafði lófa hennar. Stundum langaði hana að segja allt. Langaði að leysa sálina. En hún skildi: orðin myndu ekki færa barnið aftur, aðeins drepa þann sem lifði þegar aðeins hálfa tilveru. Þannig þagði hún. Aftur og aftur — dag eftir dag, ár eftir ár. Leyndarmálið lifði í henni sem flís við hjartað — leyfði henni hvorki að deyja né lifa.

Isabella. Öskrið braust út úr brjósti hennar sem logi. Glerið í gluggunum skalf. Fuglar lyftust upp í loftið, og skuggar vængjanna liðu yfir tunglskinið. Hún hljóp út í skóg. Greinar brustu undir fótum, blóðdropar frá dýrum sem hún fann sátu eftir á laufunum. Tunglið leit niður, eins og auga vitnis. Þegar hún sneri aftur, öll í blóði, lagðist hún við hlið Julians og sofnaði — eins og dauðinn sjálfur, orðinn þreyttur á öskrum.

Þjónustukonan, nú sjálf orðin vampýra, byrjaði að smita aðra. Fólk bað sjálft um bitið — fyrir eilífa æsku, fyrir kraft. Borgin varð að svefnstað, þar sem hjörtu slógu í takt við nóttina.

Að morgni gekk Julian út á götu, vindurinn lék við gluggatjöldin. Húsin þögðu. Allar götur voru auðar. Hann nam staðar, snerti hurð. Viðurinn var ískaldur. Inni sá hann heila fjölskyldu í svefni — en þau voru ekki lengur menn. Í hverju húsi sem hann hljóp inn í, tók á móti honum sama sjón. Vampýrur. Vampýrur.

Þegar nóttin féll, þaut hann inn í salinn. Isabella stóð við gluggann, bálhvít, með blóð á vörunum. Kertaljós flökti á andliti hennar.

— Hvað hefurðu gert?! — hrópaði hann; rödd hans brotnaði í hvíslandi.

Hún þagði. Aðeins vindurinn lék um faldana á klæðnaði hennar.

— Við höfum dæmt okkur sjálf, — hvíslaði hann. — Ef William kemst að þessu, mun hann koma. Hann mun ekki þekkja miskunn.

Isabella laut höfði. Blóðtár rann niður vangana og féll. Hljóð fallsins var eins og síðasti hjartsláttur.

Og tunglið þessa nótt var rautt. Og það virtist sem Bretland allt grét blóðugum tárum.

Kafli 11. Þögn sólarinnar

Heimurinn breyttist. Bretland, sem eitt sinn hafði verið sundur slitnað af stríðum, lifði nú undir nafni Williams og ljóma Caliburns. Farir hans gegn öndum og drekum urðu að þjóðsögum, en hinn sanni máttur konungs lá ekki aðeins í klingjunni — heldur í þeim friði sem hann byggði upp.

Edwin, leprekauninn, varð hægri hönd hans: rödd Williams og rödd Edwins hljómuðu eins fyrir þegnum, því konungurinn hafði veitt honum leyfi til að framkvæma skipanir í hans nafni. Camlann blómstraði, og handan borgarmúranna risu nýjar borgir, þar sem menn og aðkomufólk skiptust á brauði og blóði, ótta og von.

Merkust þessara borga var Varanasi — borg þar sem gullnar hvelfingar hofanna skóru sig í sólargeislum og þröng stræti anduðu kryddlykt, bænum og reykelsisreyk. Þar bjuggu nagar hlið við hlið mönnum, fléttu örlög sín saman eins og vínvið og rætur. Af þessu bandalagi fæddust galdramenn: börn með bláa húð og gimstein í enni, eins og steinrunnið tár forna guða. Í æðum þeirra hljómaði bæði ljós og myrkur, og með því — máttur.

En borgin hafði engan höfðingja. Menn deildu, nagar þögðu. Þá leitaði Ananta, verndari ormsættarinnar, til Williams:

— Segðu okkur, konungur, hvernig við komumst hjá blóði vegna valdsins?

— Látið það vera eins og hjá öðrum þjóðum, — svaraði hann og lyfti hringnum. — Maðurinn gefur útvalinn, en nagar gefa fórnina. Og báðar þjóðir sameinast í einu hjarta.

Meðal manna varð Savitar fyrir valinu — fagur ungur maður, en andlit hans var eins og höggvið úr sólskini. Hávaxinn, vitrari en ár hans gáfu tilefni til, dró hann að sér eins og eldur dregur móðurmölfluguna.

Meðal naganna reis aðeins einn upp — Surya. Allir elskuðu hann: menn, galdramenn og nagar, gamlir sem ungir, því hann var mildur og mannúðlegur.

— Nei! — kvað eiginkona hans, Aruni, og grét, kviður hennar var þungur. — Þú mátt ekki fara. Þú ert faðir barnsins okkar. Það á ekki að fæðast munaðarlaust!

Surya brosti hlýtt; rödd hans var sem hlýr andvari fyrir dögun.

— Ástin mín verður eftir í þér og í honum. En ef ég stíg ekki fram — mun barnið okkar fæðast inn í heim sundrungar. Ég get ekki skilið hann eftir í slíkum örlögum.

Ananta lagði hönd á öxl hans. Lófi hennar skalf, en röddin var stöðug:

— Ég mun sjá um hana. Ég sver það.

Síðan sté hún á milli Savitars og Surya. Hendur hennar ljómuðu fornri skrift, og orð hennar hljómuðu eins og hvíslandi stjörnur. Loftið fylltist lykt af ósoni. Líkami Surya blossaði, eins og hann breyttist í litla sól. Hann öskraði — ekki af sársauka, heldur af gleði: hann gaf ekki dauðann, heldur ljósið.

Savitar stóð kyrr. Þegar logi Surya fór inn í hjarta hans, breyttist hann: húðin tók að skína gullinni, hárið logaði eins og eldflóð, frá herðunum uxu honum auka hendur, og í enni hans logaði Amritsteinn.

Mannfjöldinn andvarpaði. Menn féllu fram fyrir honum, nagar grétu.

— Savitar! — hrópuðu þeir. — Savitar-Sólin!

Svo fæddist nýr drottinn.

Borgin hélt hátíð mánuðinum saman: vín rann sem fljót, trumbur dundu, bál brunnu fram að dögun. Menn, galdramenn og nagar dönsuðu saman.

En ein kona dansaði ekki.

Aruni bar sorgarklæði. Hjarta hennar dó með Surya. Brosið sem hún átti að færa dóttur þeirra var aðeins gríma, springandi með hverjum degi sem leið.

Eitt kvöldið varð himinninn blóðrauður, eins og sólin sjálf væri að blæða. Aruni stóð á svölunum; vindurinn lék sér að hári hennar. Lítil stúlka, Mihira, hélt í hönd móður sinnar og sagði glaðhlakkalega:

— Mamma, sjáðu, fuglarnir fljúga heim!

Aruni laut niður, kyssti dóttur sína á ennið og hvíslaði mjúklega:

— Fyrirgefðu mér, sól mín. Ég get ekki lengur beðið eftir morgni án andardráttar hans.

Höndin losnaði. Skref. Þögn. Fall.

Mihira stóð stirð. Röddin festist í hálsinum, eins og járnfingur hefði þrengt hann saman. Hún sá líkama móður sinnar slitna frá svölunum og tvístrast á steininum. Hljóð höggsins — djúpt og þungt — brenndi sál hennar.

Frá þeim degi mælti hún ekki eitt einasta orð.

Læknar og nagar reyndu að hjálpa, en fundu enga sjúkdóm: röddin hafði ekki farist af líkamanum, heldur af sálinni.

Ananta þrýsti stúlkunni að brjósti sér og sagði:

— Þú þegir ekki af því að þú getir ekki talað, heldur vegna þess að heimurinn er of grimmur fyrir röddina þína. En mundu, barn mitt: þögn getur líka verið máttur. Þegar stundin rennur upp mun þögn þín duna hærra en þúsund öskur.

Mihira óx. Í augum hennar vék barnsleg einfeldni fyrir dýpt. Fólk, sem mætti augnaráði hennar, fann að fyrir þeim stóð spegill eigin sársauka. Þögn hennar varð að máli hennar. Tíminn varð að rödd hennar, tómleikinn að hrópi.

Og Varanasi hélt niðri í sér andanum, með þá tilfinningu að í þessari þögn stúlkunnar leyndist örlög sem myndu breyta öllum heiminum.

Kafli 12. Nafn vindsins

Salurinn andaði hálfri myrkvu. Olíulamparnir gutluðu, ljós þeirra skjálfaði eins og logi í vindi og skuggar liðu eftir veggjunum — langir, eins og minningar annarra heima hefðu teygt sig fram til að hlera kennslustundina. Ananta sat bein og kyrr; húð hennar glitraði djúpbláum safír, brotin eins og vatn á steinum. Á móti henni, með hendur saman á hnjám, sat Mihira — mállaus, vökul; í augum hennar brann spurning.

— Heimurinn er fullur af öndum, barn, — hóf Ananta rólega, og rödd hennar lagðist yfir steininn eins og slæða. — Sumir eru sterkir, aðrir veikari, sumir klæddir í líkama, aðrir ólíkamir. Norðurfrá kalla þeir þá vetti, í vestri illa anda, í austri yokai. Við köllum þá djinna. En allir þeir eiga eitt sameiginlegt: þeir drekka mátt lifenda.

Hún renndi lófanum fram — og logi næsta lampans teygði sig og tók sér form rauðglóandi myndar.

— Ifritar. Eldur. Þorsti. Öskur logandi skógar. Þeir lama með ótta og merkja með snertingu, eins og brennimerki. Þeir geta verið andar og hold. Þegar þú mætir þeim — aðeins stál og bæn.

Loginn hristist og varð kaldblár; úr reyknum steig fram svipur útsorinna risa með tóma augntóftir.

— Maridar. Kuldi. Þögn. Bölvun. Sjaldan sjást þeir — oftar finnast. Þeir ganga inn í hluti... og inn í menn. Þá heyrir fórnarlambið raddir, sér skugga, þráir eigin dauða. Það er það sem þið kallið andsetningu.

Blái gljáinn slokknaði; lamparnir blossuðu upp í gulu, tensu ljósi. Á veggnum birtist fögur kona — og í næsta andartaki rifnaði bros hennar til eyrna, og dýrslegir vígtennur blikkuðu.

— Ghúlar. Hold. Græðgi. Þeir skipta um svip eins og aðrir um vettlinga: fegurð, skrímsli, skepna. Karlkyns verur þeirra kallast kutrubar. Þær eru hraðar, sterkar, og í æðum þeirra rennur aðeins eitt: eðlishvöt veiðinnar.

Ljósið lagðist jafnara; reykurinn varð þunnur, eins og þoka yfir á. Þar myndaðist svipur mannsmyndar án fóta — í staðinn rann vindur, rifinn sundur af eldingum.

— Silatar. Vindur. Orð. Minni. Þeir skaða sjaldan beint og þeir kunna ekki að breyta um svip. Máttur þeirra er þekking, samtal, fín tilfærsla örlaganna. Að hlusta á þá er eins og að drekka vín: einn sopi hitnar, óhóf eitrar.

Ananta þagnaði. Nú heyrðist einungis einhvers staðar innar í höllinni fellast niður dropi. Mihira dró andann — stutt, eins og fyrir stökk; fingur hennar hreyfðust varla sýnilega, biðjandi um framhald.

— Nögur, galdramenn og myrkálfar, — hélt Ananta áfram, — geta bundið djinna í ílát — lampa, bikara, steina. Þegar andinn er brotinn eða sigraður, verður hann hlýðinn, og þá verður samdráttur. En munaðu lögmálið: fyrir eitt líf — einn djinni. Ef hann er drepinn, lifir þú, en munt aldrei aftur binda annan. Hjartað verður tómt, eins og uppþornaður brunnur.

Ljós koparsins í loftinu flökti lítillega.

— Það eru margar gerðir bandalaga, — sagði Ananta og snerti eldinn aftur. — Sá sem tekur ifrit verður að asúru: húðin roðnar, augun glóa sem glóð, líkamann bilar eldurinn, fjórar hendur spretta fram, stundum — hali. Mátturinn er frumstæður, en óttinn er jafn mikill: þú mátt ekki skjátlast. Sá sem bindur marid er nefndur nekromant: ísköld fölvi, glóandi augu, önnur pör handa; undir vilja hans rísa dauðir upp, og því sterkari sem maridinn er, því öflugra er herlið hans. Sá sem velur ghúl er kallaður raksasi (kona — raksasi): húðin verður öskugrá, augnaráðið dýrslegt, viðbótarhendur spretta fram; galdramaðurinn kallar fram skrímsli sitt eða tekur sjálfur á sig einkenni þess. En sá sem tekur silat verður að deva: húðin ljósnar, augun verða hvít, eins og hjá blindum, en í þeim búa þúsundir sýna; fjórar hendur vaxa fram; gjafir hans eru hugarhreyfing og blekking: verk hugsunar og blekking sjónarinnar.

Loginn varð aftur jafnvægur. Ananta hallaði sér örlítið fram; silkiklæðið hvíslaði.

— Og það er til æðra lögmál nafnsins. Ef galdramaður ákveður að leysa anda sinn úr læðingi og nefnir hið sanna nafn djinnans — það sem hann bar meðan hann lifði í holdi — verður djinninn frjáls og til hans snýr allur máttur á ný, sá sem hann bar fyrir dauðann, og galdramaðurinn deyr. Svo er röðin. En ef svo færi, að djinninn, af eigin vilja, snéri aftur inn í galdramanninn áður en lífið hyrfi úr líkamanum — þá fæðist arkmagi. Hann fær mátt fönixins: tvö líf, nýtt nafn, nýjan líkama, en án minninga um hið liðna. Það er enn dulin náð, máttur sem gefinn er arkmögum — allir vita af henni og enginn þekkir eðli hennar. Loforðið laðar... og hræðir. En aldrei hefur komið fyrir að frjáls djinni hafi farið aftur inn í húsbónda sinn; í þeirra augum er það tilgangslaus fórn — og þar hafa þeir líklega rétt fyrir sér.

Orðin dóu út. Heyra mátti aðeins tvö samræmd andartök — kennarans og lærisveins. Mihira lækkaði augun og lét hendur sínar færast hægt, eins og hún skrifaði ljóð í loftið: ég er tilbúin, ég hef valið að tengjast silat.

Ananta hafði búist við þessu vali; hún reis á fætur. Í fingrum hennar glampa lampi — málmurinn volgur, hóflega gullinn, í mynstrinu voru greinar, fuglar, stjörnur. Þegar ílátið féll í lófa Mihiru, kipptist hún við: ekki var þunginn mikill, en hann var skynjanlegur — eins og hún héldi á hjarta.

— Í þessum lampa er silat, — hvíslaði Ananta. — Orkan er sterk. Kannski er það örlög þín.

Mihira kinkaði kolli. Hún strauk yfir málminn — mjúklega, eins og yfir enni sofandi manns. Lampinn stundi varla heyranlega, og úr stútnum steig upp reykur: lykt af malurt og járni, í senn stormur og vegur. Reykurinn snerist og mótaði líkama konu úr gufu: hár — þoka, augu — himinbogi án sólar og mána.

— Silat er tilbúin að þjóna frú sinni, — mælti andinn, og ljósið á steinhellunum titraði. — Liðin tíð, hið núverandi og hið komandi eru mér opin. Ég heyri tungumál handa og tungumál hjarta.

Mihira lyfti höndum. Hreyfingar hennar voru hægar, eins og bænardans: mig gleður að sjá þig; ég vil ekki aðeins fyrirskipa — ég vil deila vegi; hjá okkur er siður að gefa nafn, en fyrst — bandalag.

— Frúin óskar bandalags? — spurði silat, og lítil reykhvirfing snerti helluna í spíral.

Mihira dró djúpt andann — og í fyrsta sinn í langan tíma leyfði hún óttanum að snerta húðina. Síðan kinkaði hún. Fingur hennar fundu brún lampans. Snerting. Í sömu svipan ómaði langvinnur gnýr undir hvelfingunni, eins og forn klukka hefði slegið í djúpum hallarinnar.

Verur þeirra fléttuðust saman.

Líkami Mihiru breyttist: úr herðunum uxu tvær hendur til viðbótar, húðin varð ljós sem tunglsteinn, augun urðu alhvít, tvö mjólkurkennd vötn án sjáaldra. Loftið titraði, og hver lampi söng fíngerðum tóni. Á lófann sem hún lyfti móti ljósi, lagðist ósýnileg bylgja — eins og vindurinn sjálfur hefði staðnæmst og beðið skipunar hennar.

Ananta gekk að henni, hvorki leyndi skjálftanum né hlýjunni, og faðmaði lærisvein sinn — stutt, eins og maður faðmar í stormi.

— Andaðu, — hvíslaði hún. — Haltu jafnvægi á milli þagnar og hljóðs.

Mihira blikkaði — og bauð andanum að skiljast frá, svo hún sæi hann. Reykurinn safnaðist á ný í mynd konunnar; augun Mihiru fengu aftur fyrri dýpt.

Nú — nafnið.

Hún lyfti lófa: þú ert fögur, og þú ert kona; nafnið þitt skal vera verðugt fyrsta vatns og fyrsta vinds.

Þögn féll; dropi olíu féll á helluna — mjúkt merki.

— Tiamat, — sagði Mihira hljóðlaust, og nafnið, eins og andstreymi lofts, strauk yfir húðina.

Silat féll á kné.

— Tiamat er þakklát fyrir nafnið.

Mihira laut niður, snerti öxl hennar með fingurgómum — létt, eins og væng. Galdramenn elska að prófa mátt sinn, sögðu bendingar hennar, en ég vil fyrst skilja og finna hjarta þitt. Tala. Hlusta. Og vera hjá.

— Allt sem frúin óskar, — svaraði Tiamat, — verður gert.

Þær stóðu þannig um stund — tvær verur sem deildu þögninni. Lamparnir klökuðu; eftir veggnum rann ljósstrik, eins og skuggi fugls. Einhvers staðar í fjarlægð svaraði vatn, og um stund virtist höllin sjálf draga andann dýpra.

— Mundu annað, — bætti Ananta við, þegar þögnin var orðin of þétt. — Sérhvert bandalag eru fjötrar, jafnvel þótt smíðaðir séu úr gulli. En stundum heldur keðjan þér frá fallinu.

Mihira lokaði augunum hálf og kinkaði varla sýnilega. Hjartslátturinn jafnaðist. Lampinn í fingrunum varð léttur, eins og tómur krukka.

Nóttin hörfaði hægt. Í gegnum þunnar vefjar glugganna seig fyrsta ljósrönd dögunar inn í salinn. Skuggarnir styttust. Rykið í ljósgeislanum hékk kyrrt, eins og stjörnuryk sem félli hljóðlaust í lófa.

Nafn hafði verið gefið. Vindurinn — heyrður.

Og þar fyrir utan — hófst vegurinn.

Kafli 13. Hungur Guðs (Nafnið sem brennir himininn)

Á þeim tímum bárust æ oftar fréttir af dauða galdramanna. Uppfullir af valdafíkn reyndu þeir að beygja frjálsa djinna undir vilja sinn — forna anda, sem máttur átti sér engan annan jafningja en guðina sjálfa. En hverju sinni varð niðurstaðan sú sama: dauði. Um leið og djinni öðlaðist frelsi, sneri aftur til hans fyrri máttur — sá sem hann bar áður en hann dó, og þá þorði enginn lengur að nálgast.

Íbúar Varanasi ákölluðu Savitar. Hann varð skjöldur þeirra og refsandi hönd. Frá deginum sem hann hafði hreinsað lönd þeirra af fallnum öndum, var nafn Savitars borið fram með lotningarfullum ótta. Stundum mætti hann veikum verum, stundum — gríðarlega öflugum. En einn dag leiddi örlagið hann að andstæðingi svo miklum að náttúran sjálf skalf.

Þennan dag hvarf sólin á bak við skikkju. Sólmyrkvi hófst, og heimurinn stóð kyrr, hræddur við að verða vitni að orrustunni. Á víðáttumikilli sléttu, sökkt í daufa rökkurblæju, birtist andstæðingur hans — ungur maður með augu sem loguðu eins og dögun. Á höfði hans var gullinn hjálmur með ljóskrónu. Vagn hans, smíðaður úr hreinu gulli, sveif í loftinu, dreginn af fjórum hvítum hestum, sem faxið brann á morgunlogum.

Rödd unga mannsins var djúp og hljómhörð, eins og mikill hafguml:

— Ég er ekki óvinur þinn, Savitar. Drag þig í hlé.

En Savitar vék ekki. Í brjósti hans geisaði óveður: skylda gegn vorkunn, ákvörðun gegn ótta. Unglingurinn lyfti hendi, og eldur safnaðist í spjót. Fyrsti skotkastið reif loftið í sundur — eldsnörp spjótin féllu og brenndu gat í myrkrið. Savitar lyfti skjöldi ljóss, en þrjú spjótin rufu varnirnar. Eitt stakkst í öxlina, annað — í brjóstið, hið þriðja skar lær. Blóð hans féll á jörðina — og þar sem dropinn snerti sandinn, spruttu skarlatsrauðar blóm, sem brunnu samstundis upp í eldi.

Hann féll, en reis á fætur á ný. Hvert skref hans var skref mannkynsins. Helíos, svo hét frjálsi djinninn, kastaði nýjum spjótum. Jörðin sprakk, loftið bráðnaði, sléttan varð að smiðju. Savitar kastaði sér fram — sverðið skar eldinn, braut eldingarnar. Þeir mættust andlit til andlits. Helíos barðist eins og ljós — hratt, blindandi, tignarlegt. Savitar barðist eins og jörðin — þungur, grófur, óstöðvandi. Hvert högg var tónn í hljómkviðu heimsins.

Að lokum lyfti Helíos báðum höndum. Eldstólpi reis kringum hann, og hann skapaði spjót, jafnstórt sólinni sjálfri. Með öskri sem fjöllin skolfu af kastaði hann því. Ljósblossi lýsti upp himininn. Savitar var sleginn til jarðar, brjóst hans brann, en hann stóð upp enn á ný. Hann reis alltaf upp aftur.

Með síðasta áhlaupi rauf hann ljóma aflsins, stakk í gegnum brjóst unga mannsins. Sá stundi — ekki af sársauka, heldur eins og hann væri að syngja dauða sinn:

— Ég... Helíos, sonur Hyperíons...

Líkami hans leystist upp í skriftir fornu guðanna, sem blossuðu í gulli og leystust upp í loftinu. Heimurinn sjálfur ritaði dauða hans í eilífa bók.

Savitar stóð, blæðandi. Í hjarta hans lifði ekki aðeins sigur, heldur beiskja. Hann skildi: hann hafði ekki drepið óvin — hann hafði drepið sólina. En skylda hans krafðist þess. Hann tók gullhjálminn, taumana af hvítu hestunum. Hestarnir horfðu á hann með augum betrungar himinsins. Hann tók við þeim ekki sem herfangi, heldur sem bagga.

Þá hvarf sólmyrkvinn. Sólin sýndi aftur ásjónu sína — en ljós hennar var daufara, eins og hún syrgði fallinn son.

Þegar Savitar sneri aftur til Varanasi, tók fólkið á móti honum sem hetju. En í augum þeirra bjó ekki aðeins aðdáun — heldur ótti. Hann var orðinn sá sem sigrað hafði guð. Sá sem snert hafði bannaðan eld.

Frá þeim degi varð nafn Savitars ekki aðeins tákn valds, heldur merki örlaganna.

Eftir orrustuna við son Hyperíons, þegar sólin hafði dökkn-að, tók fólk Varanasi að leggja sig í duftið fyrir Savitari. Konur lögðu blóm á spor hans, menn beygðu höfuð, börn réttu fram hendur, eins og til lifandi guðs.

En hjarta hans var órólegt. Sigurinn færði enga hvíld. Hann skildi eftir gapandi tómarúm. „Ég hef sigrað," hugsaði hann, „en hefur sigurinn mettað mig? Ég hef aðeins snert ystu brún þar sem máttur dauðlegra endar..."

Að næturlagi sat hann andvaka og hlustaði á vindana stynja yfir borginni, ilmandi af bálreyk og reykelsi. Í loga kertisins sýndist honum andlit Helíosar.

— Þú finnur enga ró, Savitar, — heyrðist rödd einu sinni.

Úr myrkrinu steig fram naga — ráðgjafi með augu sem nefritsteinar.

— Ég sé eldinn í þér. Þetta er ekki gleði. Þetta er þorsti.

Savitar lyfti augunum.

— Þú hefur rétt fyrir þér. Ég þrái meira. Ég hef séð mátt guðanna — nú nægir mér ekki dauðlegur kraftur.

Naginn brosti — fínt, eitrað:

— Til er vegur. Þú þekkir helgisiðinn sem Ananta framkvæmdi þegar hún vakti guðlegu neistana. En þá var ílátið annar. Nú getur ílátið verið þú sjálfur.

— Og hvers andi mun ganga inn í mig?

— Frjáls djinni. Ekki hvaða sem er, heldur sá sem í rennur máttur guðanna. Eins og Helíos.

Savitar stirðnaði. Innra með honum börðust tvær raddir: þrumandi — valdafíkil, og mjúk — mannleg, sem hvíslaði: „Ef þú stígur yfir þessa línu, verður þú þá enn þú sjálfur?"

Hann kreisti sverðsskaftið. Málmurinn svaraði með köldum hljóm.

— Ég mun finna slíkan djinna. Ef stjörnurnar leyfa — tek ég mátt hans.

Yfir Varanasi glitruðu stjörnurnar, en þær horfðu á hann með varkárni — sem vitni sem þegar sér það sem koma skal.

Savitar varð dómari og refsiglaður. Hann felldi dóma yfir þeim sem brutu lögin, og úrskurðir hans voru óafturkallanlegir. Fyrir þá sem ekki áttu djinni — dauði. Fyrir þá sem áttu — svipting verndaranda, refsing sem oft var skelfilegri en sjálfur dauðinn.

Þegar steinninn í enninu slokknaði og dofnaði, lifði líkami galdramannsins eða nagans enn áfram — en sál hans varð að auðn. En brátt fóru galdramenn að hverfa. Djinnarnir þeirra — líka. Sannleikurinn reyndist hryllilegri en orðrómar: á bak við þetta stóð Savitar sjálfur.

Valdafíknin tætti hann í sundur. Hann reif upp úr þeim nöfn djinnanna, braut örlög, og í hvert sinn sem andinn öðlaðist frelsi, beið hann guðlegrar orku. En allir djinnarnir reyndust of veikir. Hann eyddi þeim og húsbændum þeirra, eins og gagnslausu íláti.

Aðeins einu sinni mætti hann öðrum. Í honum logaði forn máttur, fær um að þurrka út jafnvel guði. Eitt orð — „Brahmāstra" — hefði nægt til að Savitar hyrfi.

Hann var bjargað af sama naga og hafði hvíslað um vald.

— Varist. Þessi djinni er ekki venjulegur. Leyfðu honum ekki að mæla nafnið sem sundrar sjálfum himni.

Savitar náði að bregðast við. Djinninn féll.

Og samt varð eftir á jörðinni gripur — lifandi, síbreytilegur, eins og andardráttur örlaganna: stundum sverð, stundum bikar, stundum neistandi ljósblær. Yfirborð hans titraði eins og lifandi hold, og úr djúpinu heyrðist hvísl — eitt nafn, sem breytti stöðugt blæ, en var óumbreytanlegt í kjarna sínum:

Brahmāstra.

Nagar og devur umkringdu hann göldrum. Þeir deildu:

— Þetta er verk guða sem lifðu fyrir flóðið. Máttur hans er fær um að kremja sjálfa himninhvelfinguna. En aðeins sá tekur hann sem er guði líkur. Þá mun gripurinn gefa sigur... og bölvun.

Enginn vissi í hverju bölvunin fælist. Sumir hvísla að hún tengdist tímanum, aðrir — talinu. En allir vissu: sá sem nefndi nafn hans, myndi binda sig við eilífð.

Fyrst verður að snerta gripinn og verða eitt með honum — og aðeins guð er fær um að lifa slíka tengingu af. Til að nýta mátt hans þarf að sjá óvininn og af allri sál óska honum dauða. Og þá skal mæla nafnið — ekki sem orð, heldur sem ákall lifandi veru:

Brahmāstra.

Sögusagnir um hann breiddust yfir löndin. Jafnvel William, konungur Camlann, kom til að sjá. Fólk sagði:

— Til eru tveir mestu stríðsmennirnir — William og Savitar. En hinn fyrri af þeim er konungur Camlann.

Þessi orð brenndu Savitar. Hugmyndin um að einhver stæði honum ofar var honum óbærileg.

Hann stóð frammi fyrir gripnum. Hann glitraði, eins og hann hlýddi hugsunum hans. Í myrkrinu hljómaði lágvær hvíslandi rödd:

„Taktu mig... nefndu nafn mitt... og þú munt verða ofar öllum..."

Savitar fann hvernig löngun og ótti fléttuðust saman. Hönd hans skalf. Hann snerti ekki — ekki enn. En skuggi eldsins var farinn með honum.

Eins og ör, sem aldrei grær.

Kafli 14. Skógur dauðans

Ríki Júlíans og Ísabellu sökk í myrkur. Nætur þar urðu þykkar og seigar eins og blóð, en um daga voru stræti auð. Ferðalangar sem villtust inn á þessi landsvæði sneru aldrei aftur: lík þeirra fundust blóðlaus, og sálir þeirra — eins og sognaðar út úr sjálfum heiminum.

Vindurinn bar þaðan með sér lykt af járni og ösku, og jafnvel fuglar fóru víðsfjarri. Orðrómurinn barst til Edwins. Tryggur hægri hönd konungsins kallaði hann til sín Róbert. Rödd hans var hörð, eins og dynur storms:

— Vampýrufaraldurinn hefur étið sig í gegnum þessi lönd. Eyðilegg þau öll. En ekki snerta Ísabellu og Júlían: þau eru dýrmæt í hjarta Williams. Ef konungurinn óskar dauða þeirra, mun hann sjálfur bera þeim dauðann. Taktu með þér þá sem þú telur nauðsynlega: menn, galdramenn, útlenda eða þína eigið kyn — hina umbreyttu.

Róbert laut höfði og fór til að framkvæma skipunina. Þegar hann gekk út úr salnum, kviknuðu flöktandi skuggar eftir logandi kyndlana — eins og veggirnir sjálfir hefðu andvarpað.

Í dögun, þegar sólin skaut fyrstu gullnu spjótum sínum yfir himininn, réðst her hans inn í lönd vampýranna. Silfurspíssar langra spjóta ljómuðu eins og brennandi eldingar. Sofandi skrímsli voru stungin fast og brennd í ösku, og loftið fylltist af lykt af sviðnu holdi og brennisteini.

Óskrin þögnuðu eitt af öðru, og þögnin varð skelfilegri en nokkur hljóð. Júlían svaf enn og átti bráðum að vakna.

Ísabellu barst dynur orrustunnar, og hún vissi: stundin var runnin upp. Hún stóð lengi við gluggann, þar til aska, sem sveimaði um í loftinu, lagðist í lófa hennar. Þá tók hún til sín blað og skrifaði bréf með skjálfandi hendi — skrift hennar rann til hliðanna, eins og skuggi loga á vegg.

Að því loknu gekk hún út á svalir, með bréfið og fölnaða rós í hönd. Fyrir framan hana reis sólin. Hún lokaði augunum, dró andann djúpt

— og steig út á móti ljósinu. Geislar snertu húð hennar, og hún hvæsti eins og eldur, sem dottið hefur í vatn. Askan hóf að éta sig inn í líkama hennar, en hún vék ekki.

Vindurinn greip í hár hennar, og í þessari hreyfingu bjó eitthvað sem líktist bæn. Öskur sársaukans slapp úr brjósti hennar — langvinnt, ómannlegt.

Júlían heyrði það: tengsl þeirra voru dýpri en hold. Hann vaknaði eins og við eldingu og hljóp að svölunum. Loftið var fullt af ösku. Þar lágu aðeins föt Ísabellu og gullinn innsiglingarhringur, daufur af hita. Við hliðina á stóð dökkur skuggi.

Í blinda illsku ruddi Júlían hnefanum í bakið á honum og reif hjartað beint úr brjóstinu. Blóðið hvæsti á steininum, og líkami óvinarins leystist upp í ljómandi tákn — stafi og tákn, sem fölgnuðu út í himininn eins og andardráttur guðanna. Júlían skildi: askan var Ísabella.

Inni í brjósti hans sprakk reiði. Hann hætti að vera maður. Myrkrið faðmaði hann, og hann breyttist í skrímsli. Hann var eins og fellibylur í hreyfingu, sleit óvini í sundur einn af öðrum. Silfurörvar Róberts skutu sér inn í líkama hans, klingdu, brotnuðu — en hann óx aðeins í bræði. Hver hreyfing svaraði með hljóði rifins málms og slætti eigin hjarta.

Þegar Róbert lyfti sér til flugs á svörtum vængjum, reis Júlían á móti honum — í líki gargúlu, risavaxinnar leðurblöku. Hann tók á loft, og loftið í kring brann við öskur hans. Þeir mættust á himninum — tvö form vafin myrkri, og eldingarnar rifu sundur skýin eins og sverð guðanna.

Hann náði óvininum, sleit vængi hans af og hjó höfuðið af. Róbert öskraði í dauðastundinni, og líkami hans, eins og hjá ókunna manninum við hlið Ísabellu, leystist upp í stafi og tákn. Og himinninn varð hvítur um stund í ljóma dauða þeirra.

Alla sem eftir lifðu myrti Júlían. Lík þeirra rak hann upp á silfurspjót — og þannig varð til Skógur dauðans. Vindurinn sem fór á milli þeirra hljómaði eins og hvíslandi raddir: sumir heyrðu stunur, aðrir — bænir. En öskunni af Ísabellu safnaði hann í skál — eins og hjarta hennar, sem hann myndi varðveita meðan hann andaði.

Þegar hann yfirgaf ríki sitt, sór hann að hefna sín á Williami. Orð hans voru hvíslandi, en jafnvel steinarnir heyrðu þau.

Þegar William frétti hvað hafði gerst, kom hann sjálfur í lönd Júlíans. Fyrir framan hann lá skógur líkama á spjótum. Þoka lá yfir jörðinni, og hver stöng virtist vera vörður. Þeir fáu vampýrar sem enn voru á lífi, hlykkjuðust í sólarljósinu, ófærir um að komast undan. Konungurinn drap þá alla með eigin hendi.

Hann gekk hægt, og hvert skref svaraði með djúpum dyni, eins og jörðin minntist blóðsins. Þegar hann kom inn í kastalann, gekk hann út á svalir. Þar sá hann aðeins föt Ísabellu og skildi allt án orða. Fyrir löngu hafði hann jarðað hana í hjarta sínu, en nú sneri sársaukinn aftur.

Tár féll til jarðar — og breyttist í kristal, tær og kaldan. Þá opinberaði Vivian, Völva vatnanna, honum leyndardóminn: Júlían var á lífi. Vindurinn frá vatninu bar til hans hvíslandi rödd, líkri rödd fortíðarinnar sjálfrar:

— Hann kaus myrkrið.

William lokaði augunum. Ljósið frá Kalyburn titraði í hendi hans, en hitaði hann ekki. Hann lyfti sverðinu til himins:

— Megi hver sá sem mætir honum, — mælti hann hægt, — drepa hann. Júlían hefur svikið mannkynið. Nafn hans skal strokað út.

Ljósið slokknaði og skildi eftir sig aðeins óm stálsins og hljóð fallandi ösku.

Kafli 15. Nafnið sem brennir himininn

Eftir dauða Ísabellu og fall eigin ríkis ráfaði Júlían um jörðina eins og útlaginn vofa. Skref hans ómuðu hljóðlát og hol í næturmyrkrinu, og sál hans rotn-aði af þrá eftir hefndum. Vindurinn bar með sér lykt af bruna og rotnandi laufum — eins og jörðin sjálf forðaðist andardrátt hans.

Hann hafði misst allt: ástin varð að ösku, þjóð hans — að dufti, og nafnið — að brennimerki sem notað var til að hræða börn.

Stundum, þegar hann gekk í gegnum yfirgefna þorpa, sá hann spegilmynd andlits síns í brunnvatni — og sneri sig strax undan. Augun hans voru ekki lengur mannleg: í þeim blasti tómið við, staður þar sem bæði ljós og von höfðu slokknað.

Þá, á götum framandi borgar þar sem ilmdi af reyk fórnaeldanna, kryddum og mannablóði, heyrði hann hvíslandi rödd. Röddin var eldri en tíminn sjálfur, og hún kom innan frá, eins og eigin synd talaði:

«Það er gripur til — eldri en sólin. Nafn hans er dauðinn. Hann getur drepið jafnvel guði...»

Þessi rödd leiddi hann eins og slanga leiðir þann sem hún hefur dáleitt. Vegurinn lá um eyðimerkur, borgir og rústir — og að lokum leiddi hann Júlían til Indlands, til Varanasí, borgar þúsund eldblossa og þúsund ára skugga.

Á þeim tíma andaði Varanasí sögnum. Úr hverjum glugga barst ilmur reykelsa, og með hverju klukknahljóði — hvíslandi nöfn guðanna. Og í hjarta borgarinnar stóð hof úr svörtum steini, reist í kringum dularfullan grip sem enginn þorði að snerta.

Þar, í allra helgasta, var gripurinn geymdur. Galdramenn og nagar gættu hans. En nóttin rifnaði sundur í sverðablíkum og klóm Júlíans. Hann braust inn í hofið eins og stormur. Varðmenn féllu, og hróp þeirra hurfu inn í djúpt andardrátt borgarinnar.

Steinguðirnir horfðu niður — andlitlausir, þöglir, eins og þeir vissu að helgistaðurinn var orðinn vettvangur bölvunar.

En þegar galdramenn reistu hendur sínar og mótuðu eldmúr, reif annað ljós loftið í sundur. Úr ljósinu sté Savitar. Í hendi hans brann sverð sem bar hjarta sólarinnar sjálfrar. Hver sveifla var högg dagsins gegn nótt — og myrkrið hörfaði.

Savitar drap galdramennina. Hann nam staðar fyrir framan Júlían. Augu þeirra mættust. Annað — logi. Hitt — hyldýpi.

Rödd Savitars dundi, djúp og þung, eins og þrumur yfir fjöllum:

— Taktu gripinn. Og farðu, áður en ég tek líf þitt.

Júlían lyfti augabrún, gneistaði kaldur spotti í augunum.

— Af hverju hjálparðu mér?

— Ekki þitt að vita, — svaraði Savitar skarpt. Skugginn hans vaggaði í ljósloganum eins og glampi á stáli.

Bros skaut yfir varir Júlíans — skuggi brjálæðis.

— Kannski ég ætti að drepa þig líka, fyrir þína djarflegu tungu?

Loginn í augum Savitars blossaði, en rödd hans varð ísköld:

— Vertu ekki heimskur. Mundu: markmið þitt er ekki ég. Markmið þitt er sá sem tók frá þér allt.

Júlían kreppti hnefa. Andardráttur hans varð slitróttur, eins og hann héldi stormi inni.

— Hvernig nota ég hann? — spurði hann. Rödd hans skalf ekki af ótta, heldur af brennandi þrá — þrá sem át síðustu leifar sálar hans.

Savitar steig nær. Ljósið í sverði hans varð hvítt, næstum blinding.

— Taktu hann. Sameinaðu þig honum. Gerðu hann að hluta sjálfum þér.

Júlían rétti út hönd. Málmur gripsins var kaldur eins og dauðinn, en púlsaði — lifandi hjarta. Hann snerti hann — og gripurinn rann inn í líkama hans. Eldur þaut um æðar hans, hjartað tók upp annan takt.

Heimurinn skalf. Kyndlar slokknuðu. Fuglarnir þögnuðu. Jafnvel vindurinn stöðvaðist.

Savitar mælti hægt, eins og hann sverði eið við sjálfan himininn:

— Þegar þú mætir þeim sem þú þráir að drepa, horfðu á hann og nefndu nafn gripsins. Nafn hans er: Brahmastra.

Júlían snéri sér við í þögn. Skref hans hljómuðu eins og keðjur á steini. Myrkrið faðmaði hann á ný.

Savitar horfði á eftir honum og kastaði fram, með beiskju:

— Þú hefðir getað þakkað mér.

En ekkert svar kom. Og jafnvel ef Júlían hefði viljað tala — gat hann það ekki. Bölvun gripsins hafði rænt hann röddu: nú gat hann borið fram aðeins eitt nafn — nafnið sem brennir himininn.

Þegar fregnir af stuldi gripsins bárust Edwin, gekk hann til Williams. Konungurinn stóð við gluggann og horfði út í gráan himin þar sem endurspegluðust áhyggjur hans.

— Konungur, — sagði Edwin, — hverfðu. Bróðir þinn þráir blóð þitt. Í höndum hans er kraftur sem jafnvel guðir óttast.

Vindurinn togaði í skikkju Williams, og Kalyburn kastaði fölum ljóma á veggina. William herpti hnefana, fann hvernig með sársaukanum óx eitthvað sem líktist ótta.

Hann hvarf — ekki af ótta við dauðann, heldur til að vinna sér tíma. Ferð hans lá til Avalon — eyju þokunnar, þar sem lifendur og dauðir anda sama andanum.

En í Varanasí hvíslaði fólkið:

— Savitar lét þjófinn sleppa. Eftir dauða Williams mun hann sjálfur setjast í hásætið.

Sögurnar skríddu um götur borgarinnar eins og reykur, og með þeim orð sem kældu jafnvel sólarljósið:

«Öfundarmaður. Svikari. Bölvaði gripurinn.»

Og einhvers staðar langt í eyðilöndum gekk Júlían — með Brahmastru í brjósti sér, nafnið sem gæti eytt sjálfum himninum.

Kafli 16. Bundnar af einni skugga

Dagarnir sem Míhíra dvaldi við hlið Tíamat liðu eins og kyrrlát á undir ljóma tunglsins. Stúlkan var góð, forvitin og hrein; hjarta hennar þekkti ekki þann hroka sem galdramenn önduðu frá sér. Flestir þeirra töldu menn vera lítils virði: þeir hlýddu, þjónuðu, og milli þeirra og æðri vera stóð ósýnilegur veggur, harður sem steinn. En Míhíra sá aldrei slíka hindrun — sál hennar leitaði að fólki eins og sólin leitar til jarðar.

Með Tíamat gekk hún um götur Varanasí. Þar, meðal ryks og hávaða, þar sem musterisbjöllur klingdu og loftið var mettað kryddjum og reyk fórnaeldanna, deildi hún brauði með fátækum og gaf nöktum klæði. Fólkið laut höfði, ekki fyrir drottningu — heldur fyrir þeirri sem bar í sér sjálfa gæskuna.

Þegar hún lærði hughræringu, hjálpaði Míhíra bændum við uppskeru: knippin fóru sjálf í vagnana, ávextir féllu mjúkt í körfur, og hlátur fólksins hljómaði hærra en fuglasöngur. Sjómen heiðruðu hana, því kraftur hennar beindi fiskitorfum inn í netin. Eitt sinn, á byggingarstað, hrasaði verkamaður og féll. Míhíra greip hann með ósýnilegum höndum. Maðurinn féll skjálfandi á jörðina og grét eins og hann hefði fæðst á ný.

Samskipti hennar við börn líktust hátíðum. Að beiðni hennar kallaði Tíamat fram raddir dýra úr loftinu, og Míhíra skapaði sjónhverfingar: á torginu ráfuðu tígrar, apar léku sér, páfar svifu yfir mannfjöldanum. Börnin hlupu og hlógu og reyndu að grípa ljómandi myndirnar. Míhíra hló líka — en hljóðlaust. Þá hló Tíamat fyrir hana; rödd hennar klingdi eins og silfurbjalla, og í því hljóði virtist sem stúlkan sjálf hlægi upphátt.

Í sama augnabliki fylltust augu Míhíru tárum. Hún hljóp til djinnsins og faðmaði hana fast.

— Frú... gerði ég eitthvað rangt? — spurði Tíamat óróleg.

Míhíra hristi höfuðið; fingur hennar teiknuðu mjúka hreyfingu:

— Nei. Ég er bara svo glöð að þú sért hjá mér.

Í fyrsta sinn fann Tíamat: hún var ekki þjónn, ekki skuggi, heldur rödd, hjarta og sál eigandans síns.

Fólkið elskaði þær. Þau kölluðu Míhíru „stúlkuna með ljóss hláturinn". Nagar og galdramenn horfðu til hennar með virðingu — og hljóðri undrun: ættleidda dóttir Anöntu hegðaði sér ekki eins og galdramaður — hún braut ósýnilegan vegg milli heima.

En hjarta Míhíru fann enga hvíld. Forvitnin brann í henni eins og stjarna í brjósti. Eitt kvöld, þegar tunglið reis yfir borginni sem silfurbátur, sneri hún sér að Tíamat. Fingur hennar mynduðu hæga, alvarlega hreyfingu:

— Segðu mér frá fyrstu guðunum. Frá heiminum sem þeir bjuggu í.

Tíamat þagði og augun fylltust þoku fornra minninga. Hún lyfti lófa — og rýmið breyttist. Veggirnir hurfu. Fyrir Míhíru opnaðist himinninn. Hafið logaði í sólsetri, fjöll risu eins og bak tröllvaxinna vera, og yfir öllu þessu flugu guðir — fagrir og hræðilegir.

Tíamat talaði í myndum, því Míhíra þekkti ekki mörg orð. Stúlkan starði hugfangin, drakk í sig allar línur ljóss og skugga. Og þá nótt fann hún í fyrsta sinn: líf hennar var ekki aðeins leikir og hjálp fátækum. Það var fordyri mikillar leyndar — sem einhvern daginn myndi opnast henni eins og himneskur skjalasveigur.

— Ég sé, — hvíslaði Tíamat, rödd hennar minnti á suð í aldagömlum lundum, — tímana fyrir Mikla flóðið. Þetta var Tími Guðanna. Þeir gengu meðal manna — líkir þeim að ásýnd, en fæddir með krafti sem glitraði í æðum þeirra eins og stjörnueldur. Sumir fæddust með gjöfina, aðrir ekki.

Þegar guðir tóku að sameinast mönnum, fæddust risar. Þeir voru nefndir nefílimar — harðir að eðlisfari og oft með snefil af guðlegum mætti. Menningin fyrir Flóðið var fjölmenn, en einnig tími hins eilífa stríðs. Guðir börðust við guði, aðrir — við risana.

Í þá daga opnuðust fyrst hlið í aðra heima — jafnvel ríki hinna dauðu. Þau risu alls staðar: hlið úr logandi töfra, reist á gífurlegum steinmonólítum. Flest mannvirki þeirra voru í laginu eins og pýramídar og stóðu á línu stjarnanna. Sum tré — gríðarhár, með toppa sem risu ofan skýjanna — voru líka hlið. Í gegnum þau mátti ganga til annarra heima.

Guðir skiptu með sér jörðinni. Þeir færðu meginlönd, breyttu fljótum og fjöllum, og settu verndaranda á landamæri sín. Menn voru þjónar þeirra — hendur þeirra og rödd. Guðir og menn lifðu lengi — allt að þúsund ár, en enginn var ódauðlegur.

— Ég sé, — hélt Tíamat áfram, — að á þeim tímum þekktu þeir hvorki þurrka né storma, hvorki vetur né vor. Náttúran var örlát: tré og dýr náðu gífurlegri stærð. Döggin kviknaði úr goshverum, árin risu úr djúpinu og sneru aftur í jörðina. Yfir plánetunni lá skjöldur — vatnshvolf, glitrandi sem fryst haf. Hann verndaði lífið fyrir sólinni og ellinni.

— Getur sólin verið skaðleg? — spurði Míhíra undrandi.

— Já, — svaraði Tíamat. — Jafnvel nú veikjast menn af dauðvona sjúkdómum af geislum hennar.

En kom dagur stórviðburðar. Af himni féll steinn, líkur stjörnu. Högg hans braut himinshvolfið, og ísinn varð að flóðum regns. Jörðin skalf, hvelfingar hrundu, vatnið flæddi upp á yfirborðið. Svo hófst Hinn Mikli Flóð. Með því höggi breyttist halli jarðar. Þannig kviknuðu fyrst árstíðir: vetur, vor, sumar og haust. Regnboginn blossaði fyrst á himninum eftir Flóðið.

Jörðin lyfti fjöllum, eldfjöll spúðu og brunar brenndu heiminn lengi. Flest allt lifandi dó. Aðeins fáeinir menn og dýr lifðu af. Og á því augnabliki sem steinninn snerti jörðina misstu guðirnir mátt sinn. Tími þeirra rann sitt skeið.

— Ég sé, — sagði Tíamat; rödd hennar varð fín og næstum glerhörð, — að öldum eftir Flóðið mun mannkynið aftur þrá mátt guðanna. Eftir hamfarirnar var mannkyn eitt — talaði einu máli. Þau reistu turn — steinbol sem teygði sig að himni, til að endurheimta hið glataða. Í undirstöðum hans logaði brot af sama steini og hafði fallið af himnum. Hann varðveitti mátt hinna föllnu guða. Yfirborð hans var þakið rúnalíkum táknum — lifandi eins og andardráttur.

En þegar turninn reis upp í skýin tvístrði kraftur steinsins tungumáli mannanna. Raddir skildu ekki lengur hvor aðra og þjóðin klofnaði. Sama bölvun breytti holdi þeirra — sumir urðu ljósir, aðrir dökkir, sumir risavaxnir, aðrir smávaxnir. Í fyrsta sinn varð mannkynið ólíkt — í máli, ásjónu og húð.

Og þá komu draumar til fólks — minningar um Flóðið og guði. Þau töldu þær opinberanir, og minningarnar um hinn forna heim urðu að helgum ritum. Þannig fæddist trúin af minningunni. Og hver grein þeirrar minningar leiddi í sína átt. Svo klofnaði mannkynið — og þjóðir voru bornar sem dýrkuðu mismunandi skugga einnar og sömu sannleiks.

Eina nótt, þegar himinninn glitraði af stjörnum og tunglið hékk yfir Varanasí sem silfurlagið skip, hélt Míhíra lófunum að brjósti og horfði lengi á vinkonu sína. Þögnin var of þung og stúlkan þorði:

— Tíamat... — fingur hennar hreyfðust hægt. — Vildirðu vita hver þú varst í fyrra lífi?

Djinninn lyfti augunum. Augnaráð hennar flökt-aði.

— Nei, — svaraði hún mjúklega, en ákveðið.

Míhíra runnu tár.

— Af hverju?

— Hvað ef ég kemst að því að ég var grimm? — hvíslaði Tíamat. — Að ég var óréttlát gagnvart góðum og hreinum? Betra að vita ekki... En ef frú mín óskar þess — mun Tíamat sýna það sem hún sér.

Míhíra tók í hönd hennar og brosti:

— Fyrirgefðu... ég sef ekki fyrr en ég veit að minnsta kosti eitthvað um þig.

Tíamat lokaði augunum. Rödd hennar varð djúp — eins og úr hyldýpi:

— Gott. Ég sé... mjög óljóst. Risa-tré. Rætur þess ná niður í hjarta jarðar, en greinar snerta himininn. Nafn þess er Yggdrasill.

Rýmið leystist upp, og yfir Míhíru reis tréið — rætur þess hurfu í myrkrið, en greinar ljómuðu eins og stjörnur.

— Við rótina sé ég sjálfa mig... og tvær systur. Elsta heitir Urð — „fortíð" og „örlög". Miðsystir — Verdandi, „nútíð". En ég... — rödd hennar skulfu. — Nafnið mitt dylst mér.

Míhíra þrýsti hönd hennar fastar.

Augun Tíamat blossuðu.

— Nú sé ég. Nafn mitt var Skuld. Það merkir „framtíð"... eða „það sem verður".

Heimurinn fylltist suði greinanna.

— Við réðum örlögum guða og manna. En þegar endirinn nálgaðist, gáfu systur mínar mér mátt sinn. Ég varð bundin Yggdrasill sterkast allra.

— Þá birtist mikill elddjöfull. Hann vildi eyða öllum heimum sem héngu á rótum trésins. Ég safnaði öllum mætti Yggdrasils til að stöðva hann... Við féllum. Hann féll líka. Eldsverður hans lagðist í gegnum mig og heim minn. Allt varð að ösku.

— En ég sé óljóst að einn heimur tókst mér samt að bjarga — að aðskilja hann frá tréinu svo logar endaloka næðu honum ekki. Það var síðasta sem ég gerði áður en ég dó.

Tíamat kreppti augun saman.

— Síðan sé ég aðeins myrkur. Ég gekk um það lengi, uns ég sá ljós. Þegar ég gekk inn í það — var ég orðin önnur. Galdramenn fundu mig og innsigluðu í lampa. Við Silatar mótmælum ekki — við erum einfaldlega innsigluð.

Míhíra tók ekki eftir að tár runnu niður vanga hennar. Hún faðmaði djinninn fast, eins og hún vildi verja hana fyrir fornum myrkri.

— Tíamat... — fingur hennar skjálfu. — Takk.

Og þessa nótt sór hún eið:

Að enginn fengi nokkru sinni að vita leyndarmál vinkonu hennar.

Enginn maður. Enginn galdramaður.

Jafnvel ekki Ananta.

Kafli 17. Samruni

Sagnir um hetjur lifðu í heiminum eins og andardráttur vindsins. Þær voru sagðar við bál, sungnar í löngum sölum, hvíslaðar í hofum og á markaðstorgum. Öldungar lutu höfði, því þeir vissu: í hverri sögu býr kjarni sannleikans. Börn hlustuðu með bundnu andardrætti, og augu þeirra loguðu af eldi framtíðlegra afreka.

Hver saga var neisti úr einni og sömu miklu orrustunni — orrustunni við kaosið, sem eilíflega reynir að gleypa heiminn.

Beowulf var fyrsta nafnið. Hann var lofaður fyrir að hafa fellt Grendel, forynju mýranna, sem andaði rotnun og dauða. Margir höfðingjar féllu fyrir klóm hans, en Beowulf, óhræddur, greip sjálfa myrkrið og sigraði það. Síðar mætti hann dreka, sem sviðnaði lönd og þorp með eldi sínum. Sigurinn varð honum dýr, en nafn hans varð tákn hugrekkis. Fólkið sagði:

— Þar sem nafn Beowulfs hljómar, hörfar myrkrið.

Bastis — kona með augu kattar og hjarta fullt ljóss. Afrek hennar voru minnst öldum saman: hún drap Apep, myrkrisslönguna, sem gat gleypt heilar borgir. Þegar sverð hennar stakk hjarta skrímslisins virtist loftið sjálft anda léttar. Fólkið heiðraði hana með bronsbjöllum og ilmkjarna reykelsa. En í hjarta Bastisar lifði hljóð sorg: jafnvel myrkrið sem hún hafði fellt hafði einu sinni verið hluti sköpunarinnar.

Meðal norður-indíána sungu þeir um Kanta — verndara sem barðist við anda úr djúpum jarðar og sjávar. Hann felldi Vasgo — úlf með sporður háhyrnings, Mýrarnorn og fjalladraug Lone-Pine. En hvert afrek varð sár: verndarinn stendur alltaf einn þegar aðrir bjargast í fórn hans.

Og svo var annað nafn — nafn þagnarinnar. Ryūjin.

Um hann vissu menn lítið. Sumir hvíslað að hann væri sonur hafdjúpanna, aðrir að hann væri dreki fæddur úr skýjum. En hann sýndi aldrei kraft sinn. Drekabornar vissu: hvert fræ spírar á sínu tíma. Þess vegna varð þögn hans að leyndarmáli sem beið stundarinnar sinnar.

Svo sungu menn sögur um hetjur. Svo töluðu þeir við bál.

En spekingar sögðu annað:

— Allar hetjur eru aðeins fyrirboðar. Blóð þeirra og þögn eru skref á hinni miklu braut. Og þegar heimurinn skelfur á ný munu ný nöfn ganga við hlið hinna fornu.

Þeir sem hlustuðu fundu: þessar sögur eru ekki aðeins um það sem var. Þær eru um það sem verða mun. Um hetjur sem ganga nú þegar meðal lifenda án þess að vita það.

Í hinu forna Varanasí, þar sem loftið var þykkt af reykelsum og logandi bálum, óx frægð Míhíru og djinnsins hennar eins og eldlogi frá neista. Stúlkan, ung og varnarlaus, en með hjarta sem gat yljað heiminum öllum, vann sér ást allra. Hún hjálpaði fátækum, læknaði með góðvild, færði gleði þar sem myrkur ríkti. Fólkið laut henni ekki af ótta — heldur af ást.

En því bjartari sem ljósið varð, því þykkari urðu skuggarnir. Meðal galdramanna reis hvíslandi öfund.

Þrír þeirra — asúr, nekromantir og rakshasi — gerðu leynilegan sáttmála.

Þeir ákváðu að slá ekki á Míhíru — verndarar hennar voru of sterkir — heldur á hjarta hennar: á Tíamat.

— Án djinns verður stúlkan varnarlaus, — hvæsti nekromantirinn.

— Drepum máttinn, en umhulinn má lifa, — sagði rakshasinn.

Nóttin var þung. Þoka lá yfir ánni og aðeins logi blysa titraði eins og hjarta sem fann fyrir yfirvofandi voða.

Míhíra, óvitandi hvað beið hennar, leysti Tíamat úr. Ljómi djinnsins lýsti myrkrið. Á þeirri stundu réðust óvinirnir.

Eldingar blossuðu úr höndum, hvæsandi og spriklandi. Loftið lyktaði af ósoni og dauða. Einn galdraherranna greip Míhíru. Hún barðist, en rödd hafði hún enga — aðeins hljóðlaus víl fyllti nóttina.

El-orka skall á djinninum. Líkami Tíamatar, ofin úr ljósi og gufu, skjálfnaði og tók að molna.

Míhíra féll á kné. Tár runnu niður brennandi kinnar hennar.

Tíamat horfði á hana og brosti í gegnum sársaukann:

— Fyrirgefðu mér, frú mín... og bless.

Míhíra barðist eins og fuglsungi í klóm rándýrs. Augu hennar full af skelfingu, en barka þagnar. Hún vildi öskra — en röddin fæddist ekki.

Tíamat krullaðist í neti eldinganna. Úr hverri neista reis ný mynd hennar: ein öskraði, önnur bað, sú þriðja rétti hönd til Míhíru. Þetta var kór sársaukans. Og forna Varanasí skalf við hann.

Örvæntingin kramdi hjarta Míhíru. Hún safnaði öllum mætti sínum — ekki til að slá óvinina, heldur til að brjóta eigið málleysi.

Augu hennar skyggðust, líkami skjálfði, en sálin kallaði.

Og á þeirri stundu greip hennar eigin kraftur um háls hennar.

Heimurinn stóð kyrr. Og af vörum hennar sleitst fyrsti hljóðinn — mjúkur sem andardráttur:

— Skuld...

Jörðin nötraði. Ganga stöðvaði rennsli sitt. Huldir hlekkir sprungu.

Djinninn lyfti höfði. Augu hennar blossuðu af ævafornum ljóma og allar speglanir runnu saman í eina.

Tíamat dó — og Skuld fæddist.

Orkuklettar rætur brutust upp undan fótum hennar og rifu hellurnar. Þær gripu galdramennina og slitu þá í sundur, eins og sjálft tímann sem rífur sundur þráð örlaganna.

Skuld stóð í brennandi ljóma, en þegar hún leit á Míhíru skildi hún: stúlkan var að deyja. Hún gat farið — öðlast frelsi — en í staðinn leystist hún upp inn í líkama Míhíru og flétti sálir þeirra saman.

Og Varanasí skalf í annað sinn.

Vindurinn hljóðnaði.

Blysin kviknuðu á ný, og silfrað tungl reis yfir ánni.

Míhíra opnaði augun — í þeim loguðu tvær hyldýpir: sál hennar eigin og sál Skuldar. Minnisöldur guðanna runnu í æðum hennar, en líkaminn brast — og hún féll í ómegin.

Hana fundu þeir. Savitar fann nýjan mátt og kom fyrstur.

Hann skipaði:

— Enginn snerti hana fyrr en ég legg svo fyrir.

En þegar Ananta gekk inn, loguðu augu hennar af reiði og ást.

— Hættu, Savitar. Þetta er dóttir mín!

— Hún er máttur, — svaraði hann. — Og mátturinn tilheyrir þeim sem geta haldið honum.

Sverðin mættust. Höggin ómuðu sem þrumur.

Savitar hafði sigur. Ananta féll, snerti fingur dóttur sinnar og hvíslaði:

— Lifðu...

Savitar og ráðgjafi hans úr röðum naga hófu helgisiðinn. Loftið fylltist hljómi þúsund ósýnilegra bjalla. Líkami Míhíru logaði að innan, húðin sprakk og varð að ösku.

Úr brjósti hennar steig Amrit-steinninn — hjarta sjálfrar stjörnunnar.

Savitar rétti fram hönd — og afl hans yfirgaf líkama hans.

Úr öskunni reis Míhíra, skínandi eins og Fönix.

Leyndardómur Fönix-máttarins var opinberaður:

— Sá sem drepur æðstamaga, gefur honum líf sitt og afl. Og það gerist við endurfæðingu.

Savitar hrópaði — og um leið missti hann guðlega krafta. Aldir hrundu yfir hann í einu; hann eldgaðist, visnaði og breyttist í ryk.

Úr ljósinu stigu tvær speglur — tvær kvenlegar skuggamyndir.

Sú silfraða sveimaði niður til jarðar;

sú gullna hóf sig upp til sólar.

Hvorki líkama né Amrit-steins varð aftur vart.

Allt leystist upp — eins og andardráttur í eilífðinni.

Svo missti borgin í einni nótt bæði æðstamaga og guð.

Svo lauk tímabilinu þegar ein hönd réð.

Kafli 18. Dagurinn þegar sólin sneri sér burt

«Ekki munu stjörnurnar falla fyrst — heldur munu menn hætta að líta til himins.»

— Söngvar Spámanna Þagnarinnar

Liðin voru mörg ár. Menn töldu að stormurinn hefði gengið yfir, að ógæfan væri orðin að þjóðsögnum. En tíminn hafði aðeins sofnað — og myrkrið reis á ný.

Óvinur mannkyns kom aftur til að ljúka því sem hann hóf.

Heimurinn var þeim tíma betur undirbúinn. Þjóðir höfðu sameinast, borgir breyst í vígi. En engar múrarnir halda aftur af vindi örlaganna.

Fyrst fóru börnin að hverfa. Rúmin þeirra urðu tóm, mæður vöknuðu í myrkri við hróp sem heyrðust ekki lengur. Hlátur hvarf úr húsum, og aðeins skelfandi þögn varð eftir — eins og háðung.

Forvíssendur hvísluðu: þessi börn verða lifandi hlið milli heima. Líkamar þeirra eru port, sálir þeirra — lyklar.

Og þá, úr rifum himinsins og sprungum jarðar, úr hvíslum bölvaðra gátta, komu dökkálfarnir. Fregn þeirra var lykt brennisteins og blóðs; augun endurspegluðu engan ljósgeisla, og skref þeirra skildu eftir sprungur í moldinni. Þeir hreyfðu sig eins og skuggar og báru með sér þögnina sem fylgir dauðanum.

Í neðanjarðarverkstæðum, þar sem ofnar alkemista glóðu dag og nótt, fundu dökkálfarnir bannsetna formúlu — blöndun blóðs, helgigripa og Amrit-steina. Blóð vampíra var strengurinn sem batt heim dauðlegra við ríki hinna látnu. Arfmunirnir — brot relíka sem einu sinni tilheyrðu fallnum guðum — báru í sér bergmál mættis þeirra, eins og hjartslátt gleymds ljóss. Og þegar þessir gripir voru sameinaðir Amrit-steini, vaknaði í þeim minning forns snilldar.

Þannig fengu dökkálfarnir tímabundið guðamagn. Í örskamma stund urðu þeir næstum ósigrandi: líkamar þeirra lýstust upp af yfirnáttúrlegu ljósi, hendurnar höfðu vald yfir öflunum, orð þeirra urðu lög náttúrunnar. En hver sá sem þorði að taka við slíkum mætti hvarf með honum: þegar gripurinn hafði brennt síðasta neistann af forna eldinum, hvarf sá sem vakti hann líka.

Arfmunirnir urðu að dufti. Dökkálfarnir — að sögnum. En dauði þeirra var ekki endir. Sálir þeirra festust milli heima og breyttust í loftkennda skugga, nærða af síðustu brotum Amrit-ljóss. Með hverju helgidómsvígi varð myrkrið þéttara.

Allir þekktu spádóminn. Silatar, devur og fornu draumverðirnir, sundraðir heimsins hlutum, sögðu allir hið sama:

«Við heyrum fótspor — steinar stynja.
Við heyrum andardrátt — ljósið deyr.
Myrkrið kemur.»

En enginn vissi hvaðan fyrsta höggið myndi falla.

Dökkálfarnir lærðu af dauðanum sjálfum. Lög þeirra voru einföld: aldrei endurtaka mistök. Hvert tap varð að smiðju. Hver dauði að hráefni. Þeir héldu áfram uns allt lifandi var eytt.

Sól settist eins og í síðasta sinn, og rauðir geislar féllu á jörðina eins og blóð á fórnaraltari. Áin rann hægar, fuglar þögnuðu, og jafnvel vindurinn hræddist að snerta múra. Heimurinn hélt niðri í sér andanum.

Allir vissu hvað gera þurfti. Allir — nema Vilhjálmur.

Kóngur Bretlands faldi sig í þokum Avalon. Sverð hans, Caliburn, svaf, og hjarta hans var fullt af kvíða. Á næturnar heyrði hann nafn bróður síns — Júlians — og það nafn hljómaði eins og bölvun. Hugrekki hans barðist við óttann, og óttinn hafði vinning.

En aðrir gengu móti örlögunum.

Í berghellum ómuðu hamarshögg dverganna. Steinn brast undir þungum söng þeirra. Fyrstur þeirra var Beowulf, máttugur eins og klettur norðursins. En í hjarta hans kraumaði hræðsla: og ef þessi stál dugði ekki? Hann faldi skjálftann en vissi — þessi orrusta yrði hin síðasta fyrir marga.

Í suðri, þar sem sandar eru heitir og hof rísa á gullnum súlum, söfnuðust demíúrgarnir. Þeim stjórnaði Bastis, kattargyðja og verndari. Skref hennar voru mjúk eins og næturblær, en í augum hennar logaði stormur. Hún sýndi ekki efa, en djúpt í brjósti hvíslaði rödduð spurning: gæti mýkt sigrað grimmd kaosins?

Á vesturlöndum heyrðist óp Kanta. Ulfar svöruðu honum, og nætur skalf eins og tunglið sjálft andaði með þeim. Slóðir þeirra voru skráðar ekki aðeins í mold heldur í hugum óvina. Þetta var óp-bæn, óp-heit: við föllum, en hörfum ekki.

Drekabornir stóðu undir fána Ryūjins. Í augum hans logaði ósýnilegur eldur, en vængir hans voru samanbrotnaðir. Hann var leyndardómur. Og hver sem horfði á hann spurði sig: vaknar drekinn? Eða fellur heimurinn áður en hann rís?

Í keltnesku skógunum vöknuðu síðar og dríödur. Þeim stjórnaði Edwin, leprechaun verndari marka, og Cernunnos — skógvættur með gullhorn og eikarskinn. Laufblöð hvísluðu spádómum, lækir sungu, steinar bergmáluðu nöfn þeirra.

En nagarnir hurfu. Í hofum logaði síðasti reykurinn út, og í húsum fundust afhafðar húðir — vitni um flótta. Sumir sögðu: þeir fóru í neðanjarðarheima, til róta heimsins. Aðrir: þeir sneru aftur til ríkis hinna dauðu, til fornu guðanna. En enginn vissi sannleikann. Jafnvel devúr og silatar þögðu.

Svona söfnuðust herir allra þjóða, tilbúnir að mæta myrkrinu. Þjóðir sungu og grétu, skógarnir ómuðu, fjöllin glumdu, eyðimerkur anduðu, höfin heiluðu. Og aðeins spámennirnir sögðu eitt og hið sama:

«Ef allir safnast — nema einn — mun heimurinn falla.
Ef tunglið rís án sólar — gleypir nóttin daginn.
Og myrkrið verður eilíft.»

Kafli 19. Þrír guðir dauðans

«Þrír skuggar munu fara um himininn.
Jörðin mun þagna.
Og þeir sem lifðu verða bergmál.
En úr ösku mun rót rísa,
og tré mun minnast nafns mannsins.»
— áletrun á Steini Hinna Fyrstu, helgidómi Jaguar-ættarinnar

Þegar myrkrið lokaði hring sínum um heiminn, stóðu ættir frumbyggja hlið við hlið með varúlfum. Öskur þeirra blönduðust við ýlfur úlfa og urð öskra jagúara, líkamar umbreyttust í dýr og dýr í anda. Sérhvert högg var bæn, sérhvert andardragur — álög. Þeir kölluðu á anda dýranna.

Í hvirfli ljóss og reykjarmökk komu fram ernir, snákar, birnir — og þustu á óvininn eins og sjálfur skógurinn hefði lifnað við. En enginn var máttugri en Kanta. Úr brjósti hans og andardrætti, úr skugga og blóði, fæddust ótal andar: úlfar og gaupur, panterur og ernir, dádýr og slöngur — heil herdeild sem þekkti enga þreytu. Skógurinn reis í mynd hans og lagðist í stríð.

Völdin voru jöfn. Heimurinn vaggaðist eins og á vogarskálum.

Þangað til þrír dökkálfar fengu færðar gullbornar ílát — hvert þakið táknum forna heima, svo gamla að nöfn þeirra höfðu horfið úr minni guðanna. Þegar lokin voru lyft, breiddist út djúpur dynur — eins og helvíti sjálft hefði dregið andann.

Sérhver þeirra átti sinn grip.

Fyrsti tók upp hauss Quetzalcóatls, skorinn úr obsídían og skreyttan fjöðrum úr skugga. Þegar hann snerti hann, brann hold hans — og á því stað reis beinagrind sem glóði af innra ljósi. Þannig umbreyttist dökkálfurinn í Mictlantecuhtli, húsbónda dauðans, með augu full af eilífðarnótt.

Annar teygði hendur að staf Chiripu, úr beinum sjamananna og gegnsýrðum bölvunum þeirra. Þegar fingur hans snertu hann, skalf jörðin og sleppti út þúsundum sála sem ruku til himins í þöglum hringdans. Þannig varð dökkálfurinn að Supay, guði neðanjarðarstefja, krýndum kórónu grátandi skugga.

Þriðji lyfti loki og sá hjarta Etznab, kristal úr beini og blóði, sem sló eins og lifandi líffæri. Hann þrýsti því að brjósti sér, og steinninn rann inn í holdið, stöðvaði hjarta hans að eilífu en gaf því nýjan takt — takt dauðans. Þannig breyttist dökkálfurinn í Ah-Puch, guð rotnunar og hláturs — þann sem fékk dauðann til að brosa fyrst.

Varúlfar féllu einn af öðrum. Sterkustu hermenn létu lífið og urðu að dufti við eitt fingraband beinagrindanna. Einn svip þeirra — og sál fór frá holdi.

Kanta æpti, og í rödd hans var allt: reiði, örvænting, ást til jarðarinnar.

— Allir andar skógarins! Öll börn jarðar! Komið til mín!

Og allur heimurinn svaraði. Trén stunduðu, fuglar þutu á loft, dýr brutust inn í orrustu. Jafnvel steinarnir skulfu, eins og sálir byggju í þeim. Skógar, fjöll og fljót stigu fram með honum.

En jafnvel þessi her gat ekki stöðvað þrjá guði. Myrkrið þeirra át allt.

Kanta hné niður. Í síðustu svipan hugsaði hann ekki til orrustu né blóðs, heldur til barnahláturs, kalla ættbálksins, ilms eldsins og bragðs heimajarðarinnar. Hann hvíslaði:

— Megni sál mín verða að rótum. Megni ég verða tré sem lifir af nóttina.

Og líkami hans varð að dufti. En þar sem hann féll, óx tré — risavaxið, með lauf sem glóði af innri eldi. Rætur þess sóttu í hjarta jarðar, en krónan teygði sig til stjarnanna. Og allir vissu: Kanta var fallinn. En andi hans sat eftir — til að minnast og bíða.

Þrír guðir dauðans héldu áfram. Hlátur þeirra og stunur bárust yfir vígvöllinn og sameinuðust í brjálæðislegri endalokasöng.

Og spámenn hvísluðu:

«Þetta er aðeins upphafið.

Dauðinn hefur aðeins stigið úr skugga.
Hið versta — er enn ókomið.»

Kafli 20. Dans Kali

„Þegar gyðja eyðileggingarinnar fæðist, beygir jafnvel ljósið höfuð sitt.“

Í Indlandi geisaði orrustan. Galdramenn og dökkálfar mættust í lífshættulegri sviptingu. Svallandi töfrar þutu sem eldingar, rifu þök af hofum, múrar hrundu, og loftið var mettað blóði, sviðinni holdi og beiskum reyk. Hersveitir féllu í þúsundatali — og virtist sem sjálf jörðin gæti ekki lengur borið í sér þann reiðiþruma sem dundi yfir.

Galdramenn héldu formi sínu. Hendur þeirra ljómuðu af hreinni orku, raddir þeirra runnu saman í kóra galdra. En þegar dökkálfunum var færð gullin ílát, þakið innsiglum og rúnablæjum, skalf loftið eins og það gæti ekki borið nærveru þess sem þar var falið.

Lokið skein eins og sól, en innan úr því blés nóttin — hvíslandi andardráttur sem var eldri en heimurinn sjálfur.

— Kominn er tíminn, sagði hún.

Rödd hennar var sem sverð sem klýfur myrkrið. Forn tákn eyðingar og fæðingar blossuðu á lokinu. Þegar hún snerti ílátið blossaði loftið upp í bláum eldi. Ílátið opnaðist sjálft og úr því brast fram gripur — Hjarta Shakti, svartur steinn fléttaður gulli lifandi orku.

Steinninn barðist eins og hjarta í takt við andardrátt hennar. Um leið og fingur hennar slutu um hann leystist hann upp í holdi hennar og æðar fylltust gullnu ljósi. Eitt augnablik — og húð hennar brast eins og forn gríma; eldur ruddi sér leið út.

Öskur hennar varð að möntru. Skugginn hennar tvístrast í þúsund arma. Hringir ljóss og blóðs snerust um hana, og úr þeim fæddust sverð. Augu hennar urðu tvær sólir sem horfðu á tortímingu heimsins.

Sú sem hafði verið dökkálfur varð nú burðarmaður krafts Kali. Þeir sem stóðu nærri urðu blindir og brunnu í ljóma hennar — en brostu um leið og þeir féllu, því þeir sáu nýjan mátt rísa úr ösku sköpunarinnar.

Skyndilega myrkvaðist himinninn. Sólin féll líkt og niður í hyldýpi, og myrkur flæddi yfir vígvöllinn. Í því myrkri stóð Kali.

Hár hennar sveiflaðist sem svartur logi. Líkamann þakti blóð og gull; í höndum hennar glitruðu sverð sem eldingar. Um hálsinn hékk hauskúpukeðja, og í augunum loguðu tvær sólir vitfirringar.

Galdramenn hörfuðu í skelfingu.

— Gyðjan... hún er gegn okkur!

— Nei, hvíslaði annar. — Þetta er sjálf dauðinn. Henni er sama hver fellur.

Með æpandi reiði ruddist hún inn í raðir þeirra. Eitt sverðsslag klauf galdrana líkt og reyr, og lík féllu tugum saman. Blóðið spúði í straumum, drakkst af jörðinni, og sverð hennar soguðu lífið grimmt. Galdramenn kölluðu á ljósið, en orð þeirra drukknuðu í öskri hennar. Galdrar leystust upp án þess að snerta hana.

Hvert högg Kali var elding, hvert skref var þrumuskellur. Dökkálfarnir hrópuðu í vímu:

— Kali er með okkur! Hver getur staðið gegn oss?

Þegar síðasti galdramaðurinn féll og völlurinn varð kyrr og dauðhrár, þá nam Kali ekki staðar. Hún hóf dansinn.

Þetta var ekki dans konu — heldur eldingastorms. Hendur hennar léku sem eldingar; fætur hennar slógu jörðina eins og högg þrumunnar. Hvert skref sprengdi sprungur þar sem eldur braust upp. Hár hennar sveiflaðist sem villt myrkur sem gleypti allt í kring.

Blóðið á líkama hennar rann ekki — það breyttist í tákn, glóandi fornum rúnamyndum. Úr þeim risu skuggar, púkar og hróp.

Jörðin skulfu. Tré böguðust og féllu, fuglar steyptust niður og möluðust við jörðina.

Og hlátur hennar...

Hann var ógnvekjandi umfram öll dauðahróp. Hann dunaði eins og þúsund trommur, án minnstu snefil af miskunn.

Kali snerist í hringi, þar til vígvöllurinn varð að kaos — gnýjandi gýg, fylltum reyk, ösku og blóði. Dökkálfar féllu fram og þrýstu ennum að jörðu, hvíslandi nafn hennar eins og helgigjörð:

— Kali... Kali... Kali...

En hún dansaði áfram.

Dans eyðingarinnar.

Dans endaloka.

Og heimurinn skildi: ef hún yrði ekki stöðvuð — myndu ekki aðeins óvinirnir deyja, heldur einnig bandamenn.

Því Kali, mettuð af blóði, þekkti enga mörk.

Kafli 21. Reiði gegn örlögunum

Þegar maður ögrar himninum, svarar himinninn þögn. En þögn er líka svar.

Á norðri, þar sem fjöllin duna eins og hernaðartrommur og snjórinn sker húð sem hnífur, börðust dvergarnir og höfðingi þeirra — Beowulf. Vindurinn bar angan af blóði og rúnabrendum bálum. Hamrar slógu á steðja, spruttu neista, og hvert högg varð að álögum. Rúnir blossuðu á vopnum, breyttust í eldingar, loga eða ís — og dynurinn var sem sjálf jörðin hefði gengið til orrustu.

Í miðju vígvallarins stóð Beowulf. Brjóst hans ólgaði eins og belgjar smiðjunnar, og augu hans loguðu dökkrauðum eldi. Hann lyfti að vörum heilögum sveppi — beiskum sem aska, svörtum sem nótt.

— Lát reiði verða hjarta mitt, — rumdi hann. — Því ég er síðasta skjöldur þjóðar minnar!

Sveppurinn brenndi innviði hans. Eldur ævifyrstu reiði umvafði hann sem logandi smiðjuofn. Heimurinn hvarf. Vinir og fjendur hurfu — eftir var aðeins orrustan.

Líkami Beowulfs klofnaði eins og fjallshryggur sem springur. Úr annarri hliðinni steig Obsidían-Beowulf — eldstirndur, og í sprungum húðar hans rann glóandi lafa. Andardráttur hans var eldur og jörðin undir fótum blossaði, breyttist í sjóðandi straum. Úr hinni — Íss Beowulf: húðin bláleit sem norðurís, eldingar fæddust í æðum hans, andardrátturinn varð stormur, og hver sem nálgaðist varð að stöpu og brotnaði niður í ryki.

Tveir bræður. Tvær helmingar. Tvö dýr — og bæði Beowulf. Þeir ruddust hvor á annan, og högg þeirra skall á himni sem eldingar í átökum við eldgos. Lava og ís, þrumur og eldur — allt brást saman. Jafnvel dvergarnir, harðnaðir í þúsund orrustum, hörfuðu undan ólgandi reiði höfðingja síns. Óvinir féllu fyrir afl berserkjanna — enginn gat stöðvað þennan stormandi ham.

Þá færðu dökkálfarnir gullið ílát, markað rúnunum fornu og táknum dauðans. Lokið skein kuldalegum ljóma, eins og það hefði verið slegið úr frusu sólskini.

— Hún er tilbúin, — hvíslaði elstur þeirra.

Ílátið var sett fyrir konu. Völva dökkálfanna, með augum sem ekki endurspegluðu lengur heiminn, rétti fram hönd sína. Fingur hennar skulfu ekki af ótta — heldur af óþolinmóðri þrá.

Þegar hún snerti ílátið blossuðu táknin upp í bláum eldi. Lokið lyftist hægt og innan úr birtist gripur — Kúla Niflheims, ískaldur kristall umvafinn hrímugum reyk. Úr honum teygðust línur frosts sem breyttu jörðinni í kristal.

Hún lyfti kúlunni. Kuldi rann um líkama hennar, braut bein, brenndi blóð. Sprungur sem færðust yfir húðina loguðu bláum ljóma og andardráttur hennar varð að hrími. Myrkur og ís fléttuðust saman í henni. Helmingur andlits hennar varð dauðhvítt, hinn logaði lífseldum.

Rödd hennar varð ómur hyldýpis:

— Lífið er skuld. Dauðinn er lausn.

Dökkálfarnir urðu að steini. Líkamar þeirra umbreyttust í ís og á stað sálna þeirra reis skuggi. Þannig endurfæddist máttur jötnadótturinnar Hel í líkama völvunnar.

Og þá reifst himinninn sundur og allir sáu. Myrkrið þykknaði og fram steig Hel sjálf, jötnadóttir dauðans, barn hyldýpis. Á annarri hlið andlits hennar blasti marmarafegurð, á hinni rotnun grafar. Skref hennar þurrkuðu gras, fuglar féllu dauðir, og jafnvel fjöllin beygtu sig.

Obsidían-Beowulf urraði og ruddist á hana, en Hel sló einu handarhreyfingu — og hann sprakk í sundur. Lava braust úr innviðum hans og flæddi yfir jörðina sem bráðið járn.

Ís-Beowulf stefndi eldingum að henni, en hnefi hennar braut hann niður sem brothætt líkneski. Ísskífur féllu klangandi og bráðnuðu í blóði.

Báðir féllu. Og eitt augnablik, áður en dauðinn kom, mættust augu þeirra — tvö augu full af sársauka og minningu. Þar glitraði enn neisti mannsins sem nefndist Beowulf.

Jörðin skalf. Dvergarnir þögðu. Þögn féll yfir eins og líkræða.

Þannig lauk söng hetjunnar sem þorði að standa sterkari en örlögin sjálf.

Kafli 22. Fata Morgana sigursins yfir sandinum

Hvað lifir í ljóma og deyr í sandi? Svarið er nafn þeirra sem þorðu að ögra dauðanum.

Í hjarta eyðimerkurinnar, þar sem öldur sanddýnanna teygðu sig eins og bylgjur stöðvaðrar hafs og sólin hékk yfir heiminum sem glóandi diskur Ra, mættust herirnir. Hitinn brenndi lungu, loftið titraði og virtist sem jörðin sjálf baðaði um skugga.

Demiúrgarnir, leiddir af Bastis, leiddu út á vígvöll sinn varðliða — kolossa. Þetta voru lifandi styttur, höggnar á fornöld til heiðurs guðunum: líkamar þeirra ljómuðu með hieróglýfum, rúnir brunnu í bláum og gylltum loga og hvert skref þeirra dunaði eins og dynur þúsund ára gröfar. Kolossarnir brutu óvini sína; sandurinn skalf undir þunga þeirra og hvert högg svaraði í himninum.

En þá kom myrkrið. Einum dökkálfi var færð gullin kista, þakin táknum endaloka og svefns. Á lokinu glitraði fornum merkjum, eins og einhver andaði undir því. Augun hans þekktu ekki ótta.

Hann rétti fram hönd — lokið opnaðist lítillega og upp streymdi svart ljós, þykkt sem vín gleymskunnar. Í ljósi birtist gripur — Upphafsfjöður Frosta, svart fjöður sem einu sinni féll af væng engils dauðans. Það skein mjúkum tunglljóma og hvert tákn á því hreyfðist, lifði líkt og andardráttur svefns.

Þegar hann tók fjöðrina stöðvaðist tíminn. Loftið varð þykkt sem seig tjara, hjörtu þeirra sem stóðu nærri voru kyrfilega kyrr. Fjöðrin hvarf í lófa hans og húðin fölnaði til marmara. Úr herðum hans óxu vængir — ekki úr fiðri, heldur úr ösku og reyk. Líkami hans varð léttur, eins og þyngdaraflið sjálft hefði hafnað honum. Hann lyfti augum — og í þeim bjó ekki lengur lífið sjálft.

Dökkálfarnir, hneigðir í lotningu, sáu hvernig skuggi hans hvarf og eftir var aðeins kuldi. Þannig varð dökkálfurinn að Thanatosi, guði hinnar kyrru dauða.

Himinninn sortnaði sem vængir nætur hefðu breitt sig yfir hann. Sól hvarf. Úr þögninni, þar sem jafnvel vindurinn þorði ekki að hrærast, gekk Thanatos fram. Vængir hans voru svartir sem gleymdar undirdjúpaár, augu hans tóm sem grafhýsi glataðra konunga. Sandurinn undir fótum hans döknaði og með vindinum barst um eyðimörkina hvíslandi raddir dauðra sem kölluðu lifendur til sín.

Kolossarnir ruddust á hann. Högg þeirra minntu á jarðskjálfta, en Thanatos lyfti aðeins hendi — og steinturnar brotnuðu niður, urðu að rústum, að ryki. Ljósið í þeim slokknaði samstundis og raddirnar sem bundnar höfðu verið í steininn hurfu í þögn.

Þá gekk Bastis fram. Augu hennar loguðu gulli, eins og altaralogi. Rödd hennar var líkt og hísl eyðimerkurvindsins:

— Ef dauðinn hefur gengið inn í lönd okkar, þá skal hann mæta mér fyrst.

Hún hóf hendur til himins og sandarnir tóku að suða. Vindur reis í hvirfil. Galdrar fornu hofanna, hiti eyðimerkurinnar og köll forfeðranna runnu saman í líkama hennar. Á einu augnabliki umbreyttist Bastis í risavaxinn sfinx. Vængir hennar huldu himininn, klærnar skáru loftið og öskur hennar skalf jafnvel í pýramídunum handan sjóndeildarhrings.

Sandstormar risu við vængjatök hennar og himinninn snerist í hvirfingsdans. Hún ruddist á Thanatos. Bardagi þeirra var ekki aðeins orrusta — heldur dans. Dans lífs gegn dauða. Klær sfinxsins rifu myrkrið, tennur hennar bitu í vængi næturinnar. En hver snerting Thanatosar skildi eftir sig sár — svört, botnlaus, þar sem máttur dó.

Hún urrði og það urr var bæði bæn, eiður og álög. Í síðustu svipan reif Bastis í sundur Thanatos og varpaði skugga hans í tómið. Þögnin gleypti hann — hann hvarf eins og hann hefði aldrei verið til.

En hún sjálf skalf. Vængir hennar voru brotnir, líkami hennar blæddi og augu hennar slokknuðu. Hún leit á sína eigin — og í því augnaráði var allt: stolt, kveðja og fórn.

— Með dauða mínum munuð þið lifa, — hvíslaði hún innra með sér.

Og hún féll. Jörðin nötraði. Dálkur ryks og sands reis. Þegar hann seig til jarðar var líkami hennar horfinn. Eingöngu í dýnunum var eftir form sfinxsins — um eilífð rist í sjálfan sand eyðimerkurinnar.

Kafli 23. Dómur drekans

Hvað er öflugra en elding, en fæðist úr þögn? Andardráttur drekans í hjarta mannsins.

Við austurhiminn, þar sem fjöll hylja tindana í eilífu villandi skýjaflæði og hafið syngur fornar ættarsögur, börðust þeir drekanfæddu. Högg þeirra voru nákvæm, hjörtun köld sem stál og andardráttur þeirra bar í sér eld og frosti forfeðranna.

Í hring úr svörtum ösku stóð dökkálfur. Í kringum hann skjálfu skuggar — lifandi, eins og sálir sem dauðinn hafði gleymt. Aðrir dökkálfar færðu honum gullna ílátu, þakið táknum endaloka og endurfæðingar. Lok þess var slétt, en undir því hrærðist eitthvað fornt, líkt og hyldýpið sjálft andaði.

— Hann er tilbúinn, — sagði einn þeirra, og rödd hans slitnaði, eins og tíminn hefði hætt að renna.

Þegar ílátið var sett fyrir hann, laut dökkálfurinn á eitt kné. Hann lyfti hendi — og allt í kring stöðvaðist. Lokið lyftist hægt og undir því blossaði kaldur ljósgeisli, þykkur sem reykur. Þar birtist gripurinn — Múaró-gríman, svört og slípuð eins og spegill; innan úr henni rann þoka sálna. Á yfirborðinu glóðu skrift dauðans — tákn sem jafnvel dökkálfarnir óttuðust að lesa.

Hann tók hana í hendurnar. Augnablik — og heimurinn hvarf. Loft varð þungt sem mold djúpra grotta, og sálir hinna dauðu öskruðu í hljóðlausum kveini. Dökkálfurinn lyfti grímunni að andliti sínu. Þegar kaldur spegill hennar snerti húð hans, dó allt lifandi kringum hann.

Augu hans urðu hyldýpisdjúpar nætur. Andardráttur hans breyttist í hvíslandi raddir þúsunda dauðra. Gríman brann sig inn í holdið. Úr baki hans spretu svartar, reykbornar vængir og í hendi hans myndaðist ljá — ekki vopn, heldur holdgervingur skugga heimsins.

— Ég þjóna ekki dauðanum, — mælti hann. — Ég er dauðinn.

Þeir sem stóðu næst féllu án hljóðs. Þannig reis nýr herra endaloka — Shinigami, guð þagnarinnar milli andardrátta. Útlit hans var hvít gríma, án nokkurs andlits aftan við hana. Ljáinn skein sem hálfmáninn og hvert sveif hans bar burt líf. Jörðin svörtnaði undir skrefum hans og vindurinn bar með sér kór hinna dauðu — þúsundir radda sem kölluðu til lifenda.

Drekanfæddu féllu einn af öðrum. Blóð þeirra söfnuðust í regninu sem brast úr himnum og breytti vígvellinum í rauða á. Eldingar ristu himininn, en jafnvel þrumurnar þögnuðu við skref Shinigami.

Í miðjunni stóð Ryūjin. Í höndum hans glóði kúla, slétt sem dropar hafsins. Hjarta hans hnykkti af ótta: „Ég er ekki verðugur. Ég er veikur. Ég er enginn leiðtogi..."

En þegar ljá Shinigami lagði enn einn bróður hans í gröf, hrópaði Ryūjin:

— Nóg!

Hann stökk fram — og egg dauðans rann í gegnum brjóst hans. Heimur myrkvaðist. Hann féll á kné; lífið lak úr honum eins og sandur úr opnum lófa.

En þá blossaði kúla hans í hendi. Himinn nötraði. Sár hans tóku að lokast og breyttust í skínandi hreistur. Bein brotnuðu og mótuðust á ný, tóku á sig mynd drekans. Öskur sársaukans umbreyttist í rjóðrandi þrumu sem fjöll nötruðu við og ár risu í öldur.

Ryūjin reis — ekki lengur maður, heldur stórfenglegur dreki, jafn stór skýjum. Hreistur hans skein saffír og smaragði; augu hans eldingarljós og andardráttur hans bar óveður.

Shinigami lyfti ljánum, en úr gin Ryūjins sprakk straumur hreinnar orku, bjartur sem ljós heimsins. Höggið skall á guð dauðans. Líkami hans bráðnaði, skuggarnir æptu og leystust upp og hann sjálfur var varpað aftur þangað sem hann kom — í land hyldýpisins.

Ryūjin lyfti höfðinu til himins.

— Vaknið! — dunaði hann.

Og drekarnir heyrðu. Einn á fætur öðrum rifu þeir sig úr fjöllum, úr skýjum og úr hafinu, hneigðu höfuð fyrir honum og viðurkenndu hann sem alfu. Himininn nötraði af rjóðri þeirra og stormurinn varð að söng þeirra.

Þá fann Ryūjin hliðið sem dökkálfarnir komu í gegnum. Eldingar dundu á því, hvirfill reif það í sundur — og það hvarf.

Kafli 24. Þar sem hjartað logar

Eitt hjarta logar fyrir lífinu — annað brennur fyrir hefnd.
En þegar bæði kvikna, mun himinninn vitna endalokum heimsins.

Í Bretlandi, þar sem þokur drekka dögg dögunar og eikurnar geyma minningu þúsunda ára, börðust síðar og dyrjar af hugrekki. Örvar þeirra féllu eins og regn og engin missti marks; rætur trjánna risu úr jörðinni, gripu óvini og sjálf jörðin skalf, verndandi börn sín. Líktist því sem skógurinn væri ódauðlegur og engin myrk öfl gætu brotið niður andardrátt hans.

En þá sýndi myrkrið skrímsli sitt. Út á vígvöllinn gekk Balor — forni risinn, hinn sterkasti meðal fomóra. Eitt auga hans var logandi endaheimseldur: það brenndi fjöll, bræddi ár og felldi borgir. Þegar augnaráð hans féll á börn skógarins svörtnaði jörðin og loftið fylltist sviðalykt.

Þá reis William. Caliburn í höndum hans skein sem dögun yfir hafi. Hann sveiflaði — og höfuð Balors féll til jarðar eins og fallandi stjarna sem skjálfgar fjöllin. Fólkið fagnaði, en gleðin var skammvinn. Myrkrið vék ekki — það beið einungis sinnar stundar.

Úr skuggunum steig Julian fram. Bróðir, vinur, riddari Camlanns — en nú hefndarþyrstur, öfundsjúkur og svikari. Í augum hans logaði ekki styrkur, heldur þorsti: þorsti eftir hefnd sem át sál hans að innan.

Og varir hans sögðu nafn sem aldrei bar að kalla fram:

— Brahmastra.

Og himininn rifnaði sundur. Yfir heiminum blossaði hringur fullur af rúnunum sem jafnvel guðir þekktu ekki. Úr honum féll geislinn — hrein orka sem reif sjálfa tilvistina. William lyfti Caliburn. Sverðið söng, endurkastaði ljósum himinsins, en málmurinn sprakk, líkt og hjarta undir byrði örlaganna.

Konungurinn vissi: þetta var endirinn. Geislinn skaut í gegnum sverðið. Caliburn varð að dufti. Himneski eldurinn sló á William sjálfan. Hann féll á kné. Síðasta augnablikið lyfti hann augunum að

Julian — og í því augnaráði var allt: sársauki, ást, ásökun og fyrirgefning. Konungur Bretlands varð að ösku.

En í öskunni barðist enn hjarta. Rauður steinn, líkur lifandi holdi, sprakk og brotnaði í sundur. Úr honum birtist annar steinn — skínandi himinblár, líkt og ljós sem ekkert myrkur nær að slökkva. Hann varð ekki snertur af hinum banvæna geisla.

Og þá gerðist kraftaverkið. Bylgja ljóss fór yfir vígvöllinn. Þeir sem lágu dauðir við hlið konungsins opnuðu augun. Bein greru, sár lokkuðust. Þeir sem höfðu blætt út drógu andann á ný. Jafnvel gras og blóm ristu úr ösku, skordýr surruðu á ný og fuglar breiddu út vængi. Þessi kraftaverkavaldur snerti bæði börn skógarins og innrásarmenn. Dauðinn hörfaði — eins og nótt fyrir dögun.

En William sjálfur var horfinn.

Og himinninn svaraði. Úr skýjunum, eins og englar, steyptust ljósálfar í orrustu. Pegasar þeirra flugu og skildu eftir sig slóðir stjarna. Einn hermaðurinn kölluði niður risavaxið himnissverð sem skall á myrkri. Annar kallaði á jörðina — og hendur risa ristu úr moldinni og kremdu herdeildir óvina. Sumir sköpuðu þrálátar riddarahersveitir úr ljósi sem brutust inn í raðir dökkálfa, aðrir fórnuðu sér til að kalla fram vængjaðan riddara sem skein bjartari en sól. Ljósið hans brenndi nóttina og óvinir féllu hver á fætur öðrum.

En Julian hafði þegar bragðað bölvunina. Kraftur Brahmastru batt líkama hans og sál. Hann skalf, hold hans sprakk og tíminn rifnaði í kringum hann. Bölvunin reif hann burt — inn í önnur tímabil, önnur örlög, þar sem nafn hans yrði aðeins hvíslandi hryllingur.

Þannig féll William. Þannig náði bölvunin Julian. Þannig missti Bretland konung sinn — og hlaut sár sem ekki grær um aldir.

Kafli 25. Þegar ljósið deyr út

Eitt af öðru slokkna andadrættir stjarnanna.
Ekki sérhver endir er dauði.
Stundum er hann aðeins þögn — staður þar sem jafnvel guðir gleyma nöfnum sínum.

Heimurinn dó ekki strax. Hann kveinaði lengi — hægt, eins og maður sem var sviptur sálu en skilinn eftir með andardráttinn. Þegar síðustu borgir féllu og turnar dökkálfa risu yfir öskunni, gengdi þögn yfir. Ekki sigursþögn — heldur grafarþögn. Loftið fylltist sviðalykt og gufum alkemíu. Sjávarsaltið varð beiskt. Jörðin — grá sem aska. Ár svartnuðu og hvæstu, eins og í þeim hefði verið leyst upp eitur sjálfs myrkursins.

Guðirnir voru dauðir. Nöfn þeirra — strokin út. Helgidómar þeirra — kaldir. Útlendar ættir hurfu. Þeir síðustu sem féllu voru drekarnir. Þeir ruku til himins — en jafnvel himinninn var dauður. Alkemía myrkursins brenndi vængi þeirra. Þegar sá síðasti féll, skalf jörðin eins og hún grét af maktleysi. Síðan heyrðist um fjöllin einungis kvein vindsins. Og menn sögðu: það er grátur drekanna sem urðu að stormi.

Af mannkyninu var aðeins handfylli eftir. Flestir létust. Aðrir — úr hungri, úr pest, úr kulda og ótta. Þeir sem lifðu urðu þrælar. Dökkálfarnir brenndu nöfn þjóðanna og gáfu þeim ný: Skuggar. Hljóðlausir. Ílát. Burðarmenn ösku.

Stundum reis yfir þrælabúðunum sami hljóðinn — ekki söngur, ekki bæn, heldur stunur jarðar sjálfrar. Allt lifandi kunni sársauga. Jafnvel rætur. Jafnvel mosar. Jafnvel vindurinn. Bölvuð galdralist eitraði vatnið. Loftið varð að eitrandi slæðu. Í því hvíslaðist áform, eins og heimurinn væri að bölva sjálfum sér.

Sólin dofnaði. Hún þorði ekki að horfa lengur til jarðar. En á næturnar blæddi himinninn: stjörnur féllu niður eins og tár dauðra guða.

En jafnvel dökkálfarnir fundu enga hvíld. Þeim varð ein pláneta of lítil. Þegar hafið gufaði upp og loftið kviknaði í eitri, byrjuðu þeir að leita að nýjum heimi — til að flýja, til að gleyma, til að byrja allt upp á nýtt. Þeir kölluðu á anda. Þeir færðu fórnir. Þeir opnuðu hliðar.

En tómið svaraði ekki. Engir lifandi heimar voru eftir. Allar leiðir rofnar. Öll speglaheimum brotið. Allar þræðir sköpunarinnar brunnir upp.

Þá urðu borgir þeirra, sem áður glóði af ljósi alkemíu, að svörtum rústum. Og þeir sjálfir, herrar dauðans, ráfuðu um tómar dali eins og skuggar án fortíðar, eins og guðir án heims. Heimurinn storknaði. Tíminn stöðvaðist.

Þannig endaði öld lífs og ljóss. Þannig hófst öld myrkurs — öld þar sem jafnvel dauðinn missti merkingu sína.

Kafli 26. Nafnið sem man sólu

Þegar guðir gleyma sjálfum sér, fæðast menn.

Þegar maðurinn minnist sólar — fæðist guð.

Djúpt í skógi, þar sem regnið féll á jörðina líkt og tár heimsins, birtist stúlka. Hún lá nakin, krjóð í fósturstellingu, eins og jörðin sjálf hefði alið hana úr djúpum sínum. Droparnir runnu eftir húðinni og líkami hennar skjálfði, líkt og logi kertis sem berst við vindinn.

Við hlið hennar glitraði rauður steinn — Amrit. Hann sló taktfast frá sér lifandi ljósi, líkt og hjarta heimsins sló innra með honum. Hún leit á hann — og eitthvað blossaði upp í minni hennar: nafn, sagt í örvæntingu. „Skuld..." Eldur. Rödd. Fall. En myndin molnaði, eins og gler kastað í vatn.

Hún rétti höndina að steininum — og hikaði. Loftið í kring var kyrrt, en í kyrrðinni töluðu raddir — ekki mannlegar, heldur fornar, jafn gamlar og sköpunin sjálf. Skilningurinn kviknaði í henni. Allir hljóðir fengu merkingu. Hvísl regnsins — orð vatnsins. Sláttur jarðar — andardráttur hinna fornu. Sprungur í steinum — rúnir sem guðir forðum rituðu. Hver dropi, hver endurkast himins varð hluti af tungumáli sem sjálfur Alheimurinn talaði.

Hugur hennar opnaðist, eins og blóm í morgunroða. Hún mundi öll tungumál — mannleg sem ómannleg, skildi byggingu galdranna, merkingu tákna, leynda vegi ljóssins. Hún skildi að Amrit var ekki einfaldur steinn, heldur ílát sem gat bundið sál við eilífð, og að sami kraftur rann í blóði hennar.

Þá heyrði hún hróp. Hátt, gegnumstingandi — eins og sársauki heimsins sjálfs. Barnsakróp. Hún lyfti höfðinu. Fyrir ofan trjákronurnar svífði drengur. Ósýnilegur kraftur hélt honum á lofti og fornir klettar kringum hann skinjuðu í dauðbláu ljósi. Orka fléttaðist í mynstur — eins og net — og hver þráður var lifandi galdur.

Hún skildi strax. Í gegnum drenginn opnaðist sprunga — ekki aðeins í tíma, heldur í örlögum sjálfum. Ef hún greip ekki inn í, myndi heimurinn breytast um eilífð. Líkaminn brann af ljósi. Eldur blossaði innan frá, hár hennar varð skínandi, augun fylltust geisla. Úr bakinu spruttu vængir — logandi, en mjúkir sem andardráttur fönixins. Hún brann ekki — hún mundi sjálfa sig, þá fyrri, þá nýju.

Með hrópi þar sem samúð og forn reiði runnu saman, reis hún til himins. Sverð úr ljósi og eldi myndaðist í lófum hennar. Ljósið blossaði til samræmis við sveiflu höndar hennar. Hún hjó á orkunni sem hélt drengnum. Klettarnir brustu, tíminn skalf. Drengurinn féll — en mýkri botn mýrlendis tók á móti honum og dauðinn náði honum ekki.

Í svipstundu leit hún upp — og í rifunni milli heima sá hún dökkálfa. Augun þeirra glömpuðu köldum ljóma annars veruleika.

— Hér er enginn staður fyrir guði, — hvísla þeir. — Hún á ekki að vera hér.

Hún sveiflaði sverðinu. Ljósklingan klauf ekki aðeins myndir þeirra, heldur sjálfa vefnað örlaganna. Stjörnur skjálfðu, tíminn sveigðist eins og undir andardrætti eilífðarinnar. Heimurinn skrifaði sig upp á nýtt.

Þegar dögunin kom, vakti drengurinn. Þoka lá yfir grasinu. Fuglar reyndu hikandi að finna rödd sína. Við hlið hans sat stúlkan. Hún skein ekki lengur. Hún var sveipuð einfaldri húfu hirðis. Í augum hennar — þreyta eilífðar og mýkt mannsins.

Í hendi hélt hún Amrit — stein sem glitraði nú ekki í logandi krafti, heldur sló rólegu ljósi, eins og hjarta heims í dvala. Hún horfði á hann, eins og í fyrsta sinn, eins og hún skildi að þessi steinn gæti tekið frá manni ekki aðeins kraft, heldur guðdóm sjálfan.

Drengurinn starði — hann hafði aldrei séð konu með austurlenskum svip.

— Hver eruð þér? — hvíslaði hann.

Hún þagði lengi. Í minni hennar ráfuðu nöfn — Mihira... Skuld... eldur... fönix... En öll hurfu, skildu eftir eingöngu ljós sem tilheyrði engum.

— Ég man það ekki, — hvíslaði hún loks.

— Þér björguðuð mér, — sagði drengurinn. — Þakka yður. Ég heiti Emrys Myrddin. En hvað kallast þér?

Hún leit á steininn. Ljósið speglaðist í dögg, í augum hennar, í himni. Hún lagði hann varlega á jörðina. Fingurnir skulfu — ekki af ótta, heldur af skilningi. Hún andaði djúpt — og án þess að snerta hann mælti hún:

— Amaterasu.

Og sólin reis. Ekki í austri — heldur úr hjarta hennar.

„Á þeim degi breyttist örlög heimsins. Allt sem átti að verða — varð að draumi. Og með nafninu hennar, fæddu í morgunljósinu, hófst ný leið."

Framhald. ATBURÐARMÖRK

Þegar stjörnur deyja

Þegar sólin yfir heiminum slokknaði, var enn einhver sem mundi af hverju hún hafði logað. Hann er enginn hetja. Hann er sá sem dæmdur er til að muna á meðan heimurinn kýs að gleyma.

Honum var fenginn steinn — hjarta sem varðveitir síðustu minningu hins deyjandi. Ekki gjöf. Dómur.

Hann vaknar í viktoríutíma gufunnar, blóðsins og hvíslinganna — þar sem alkemía ögrar guðum og ódauðlegir dreyma um útópíu eilífrar nætur. Þar leynist síðasta gyðja Jarðar. Hún biður ekki um vald — aðeins réttinn til að lifa eitt dauðlegt líf og deyja sem manneskja.

En þegar ljósið óttast eigið spegilmynd, þegar ástin hættir að vera gjöf og minning verður sár, verða þeir sem enn muna að síðustu vörðum lífsins.

Finnur þú það? Heimurinn hefur gleymt einhverju. Ekki nafni, ekki sögu — heldur sjálfri ástæðunni fyrir tilvist sinni.

Hér getur frelsun orðið að morði frelsisins. Og aðgerðaleysi — að tortímingu heims sem enn veit ekki að hann er að deyja.

Réttar ákvarðanir eru engar. Aðeins verð.

Viðsjávarmörkin eru nærri. Engin leið aftur — ekki fyrir hann, og ekki fyrir þig.

www.ingramcontent.com/pod-product-compliance
Lightning Source LLC
LaVergne TN
LVHW060256051026
849517LV00003B/825
* 9 7 9 8 2 3 2 3 9 9 9 1 7 *